INSIGHT PUBLICA
നവോത്ഥാന പരമ്പര

Nadakkave, Kozhikode, Kerala
Tel:0495–4020666
www.insightpublica.com
e-mail: insightpublica@gmail.com
Namukku Jathiyilla
Sreenarayana Guru
(Malayalam)
Satheesh Kumar C.K
Ist Edition: February 2017
This Edition: March 2020

ISBN 978-93-85899-75-1
Published by
Insightinpublica Publishers Pvt. Ltd.
Printed at Repro India Limited, India

₹ 159

നമുക്ക് ജാതിയില്ല

ശ്രീനാരായണഗുരു

സതീഷ് കുമാർ സി.കെ.

നവോത്ഥാന പരമ്പര

1966 ൽ കോഴിക്കോട് ജില്ലയിൽ ജനനം. സി.കെ. കേളുട്ടിയുടെയും പി.വി ദേവിയുടെയും മകൻ. കോഴിക്കോട് സർവ്വകലാശാലയിൽ നിന്നും എം.എ., ബി.എഡ്. എംഫിൽ ബിരുദങ്ങൾ. 1993 മുതൽ രാമനാട്ടുകര സേവാമന്ദിർ പോസ്റ്റ് ബേസിക് എച്ച്.എസ്.എസിൽ മലയാളം അധ്യാപകൻ. ഭാര്യ: പ്രസന്ന. മക്കൾ: സിദ്ധാർത്ഥ്, ശ്രീരൂപ്. വിലാസം: 'സതീഷ് നിവാസ്', കിനാല്യർ പി.ഒ, ബാല്യശ്ശേരി (വഴി) കോഴിക്കോട്.
നവ മാർക്സിസ്റ്റ് വിമർശനം മലയാളത്തിൽ പ്രസിദ്ധീകരിച്ച കൃതിയാണ്

സതീഷ് കുമാർ സി.കെ.

കേരളത്തിന് അറുപത് വർഷം
മലയാളത്തിന് അറുപത് പുസ്തകം

കേരളത്തിന്റെ ഷഷ്ടിപൂർത്തി വേളയിൽ അറുപത് പുസ്ത കങ്ങൾ ഞങ്ങൾ പ്രസാധനം ചെയ്യുകയാണ്. കേരളം കേരളമായിത്തീർന്നതിന്റെ സാംസ്കാരിക ധ്വനികൾ, സമരോത്സുക തയുടെ കാഹളങ്ങൾ, ഇനിയും തിരിച്ച പിടിക്കേണ്ട ജീവിതത്തിന്റെ അർത്ഥസാധ്യതകൾ, തിരുത്തി എഴുതേണ്ട പ്രതിലോമ ചിന്തകൾ, സൗന്ദര്യവും സാഹിതീയവും സംഗമിക്കുന്ന സംസ്കൃതിയുടെ മുദ്രകൾ എല്ലാം ഈ അറുപതിൽ സമാഹരിക്കുന്നു.

പ്രതിരോധത്തിന്റെ പത്ത് പുസ്തകങ്ങൾ, പുതിയ നോവൽ ഭാവനയുടെ പത്ത് പുസ്തകങ്ങൾ, സോവിയറ്റ് ഓർമ്മയുടെ പത്ത് പുസ്തകങ്ങൾ, ഭാഷയുടെയും ജീവിതത്തിന്റെയും പത്ത് പുസ്തകങ്ങൾ, സർഗാത്മക സാഹിത്യത്തിന്റെ പത്ത് പുസ്തകങ്ങൾ, നവോത്ഥാന ത്തിന്റെ പത്ത് പുസ്തകങ്ങൾ എന്നിങ്ങനെ ആറ് വിഭാഗങ്ങളിലാ യാണ് അറുപത് പുസ്തകങ്ങൾ പ്രസിദ്ധീകരിക്കുന്നത്.

അനീതിയും അസമത്വവും അയിത്തവും അനാചാരവും തളം കെട്ടി നിന്ന, ഭ്രാന്താലയമെന്ന് പേരുകേട്ട കേരളീയ സമൂഹത്തിൽ നവോത്ഥാന കാഹളം മുഴക്കി സമൂഹത്തെ മാറ്റി മറിച്ച നവോത്ഥാന പോരാളികളുടെ ജീവിതവും ഇടപെടലുകളുമാണ് നവോത്ഥാന പരമ്പ രയിൽ സമാഹരിക്കുന്നത്. ശ്രീനാരായണഗുരു, ചാവറയച്ചൻ, വക്കം അബ്ദുൽ ഖാദർ മൗലവി, ചട്ടമ്പിസ്വാമികൾ, സഹോദരൻ അയ്യപ്പൻ, വാഗ്ഭടാനന്ദൻ, അയ്യങ്കാളി, വി.ടി ഭട്ടതിരിപ്പാട്, പി. കൃഷ്ണപിള്ള, ആര്യാപള്ളം തുടങ്ങി പത്ത് പേരാണ് ഈ പരമ്പരയിലുള്ളത്.

ഇത്തരമൊരു സംരംഭത്തിന് അകമഴിഞ്ഞ് പ്രോത്സാഹനമേകിയ സുമനസ്സുകളെ സ്നേഹപൂർവ്വം സ്മരിക്കുന്നു. യഥാസമയം പുസ്തകങ്ങൾ തയ്യാറാക്കി നൽകിയ പ്രിയ എഴുത്തുകാർക്ക് സ്നേഹം.

സുമേഷ് ഇൻസൈറ്റ്

ആമുഖം

മലയാളത്തിൽ ഏറ്റവുമധികം എഴുതപ്പെട്ടത് ശ്രീനാരായണഗുരുവിനെ കുറിച്ചായിരിക്കും. വീണ്ടും നാരായണഗുരുവിനെക്ക റിച്ചൊരു പുസ്തകം എന്തിന് എന്ന് വേണമെങ്കിൽ ചിന്തിക്കാം. മലയാളത്തിൽ നാരായണഗുരുവിനെക്കുറിച്ച് ഒരുപാട് എഴുതപ്പെട്ടി ട്ടുണ്ടെങ്കിലും ഗുരുവിനെ സമഗ്രമായി വിലയിരുത്തുന്ന ഗ്രന്ഥങ്ങൾ വേണ്ടത്ര ഉണ്ടായിട്ടില്ല. ഗുരു ഒരേ സമയം ഒരു സാമൂഹ്യ പരിഷ്കർത്താ വും അതേ സമയം ഒരു സന്യാസിയും ആയിരുന്നു. ഗുരുവിനെക്കുറിച്ച് എഴുതുന്നവരെല്ലാം ഇതിൽ ഒരു വശത്തിന് മാത്രം പ്രാധാന്യം നൽകി ക്കൊണ്ടാണ് കാണുന്നത്. ഗുരു എഴുതിയതുപോലെ ഉലകിലൊരാ നയിലന്ധരെന്ന പോലെ ഓരോരുത്തരും തങ്ങൾ കണ്ടതാണ് ഗുരു എന്ന് വിശ്വസിച്ചു. ഗുരുവിന്റെ ദർശനത്തെയും സാമൂഹികതയെയും രണ്ടായിട്ടല്ല; അതിന്റെ സമഗ്രതയിൽ ഏകമായി കാണണമെന്ന കാഴ്ചപ്പാടാണ് ഈ ഗ്രന്ഥത്തിന്റെ രചനാ പ്രേരണ.

ശ്രീനാരായണഗുരുവിന്റെ ദർശനത്തെ പിന്തുടരുന്ന മൂന്നു ധാരകൾ കേരളത്തില്ുണ്ട്. അതിലൊന്ന് ശ്രീനാരായണ ധർമ്മ പരിപാലന യോഗം എന്ന എസ്.എൻ.ഡി.പി.യാണ്. രണ്ടാമത്തേത് ശ്രീനാ രായണഗുരുതന്നെ രൂപം നൽകിയ ശ്രീനാരായണ ധർമ്മ സംഘം എന്ന സന്യാസ പരമ്പരയാണ്. മൂന്നാമത്തേത് നടരാജ ഗുരു രൂപം നൽകിയ നാരായണഗുരുകുലം ആണ്. ഇതിൽ എസ്.എൻ.ഡി.പി ഈഴവ സമുദായം എന്നതിനപ്പുറം ഒരു കാഴ്ചയും കാഴ്ചപ്പാട്ടും ഇല്ലാത്ത ഒരു സങ്കുചിത സമുദായപ്രസ്ഥാനമായി ചുരുങ്ങിക്കഴിഞ്ഞു. ശ്രീനാ രായണ ധർമയോഗവും ധർമസംഘവും തമ്മിൽ വർഷങ്ങളായി

ശ്രീനാരായണന്റെ സ്വത്തിനെ സംബന്ധിച്ച് നടത്തിയ ഇറന്ന യുദ്ധ ങ്ങൾ ശ്രീനാരായണ ആദർശങ്ങളെ തന്നെ നിറം കെടുത്തുന്നതായി. ധർമസംഘത്തിന്റെ അധിപനായിരുന്ന സ്വാമിജിയുടെ ദയനീയവും ദാരുണവുമായ മരണത്തിന് ഇനിയും ഇമ്പുകളൊന്നം ഉണ്ടായിട്ടി ല്ല. ചുരുക്കത്തിൽ ഇനിയൊന്നും ശ്രീനാരായണ ആദർശങ്ങൾക്ക് സംഭാവന നൽകാൻ കഴിയാത്തവിധം വന്ധ്യങ്ങളായിത്തീർന്നിരി ക്കുകയാണ് യോഗവും സംഘവും.

ശ്രീനാരായണ ആദർശങ്ങളെ പ്രചരിപ്പിക്കുക എന്ന ഉദേശ ത്തോടെ നടരാജ ഗുരു സ്ഥാപിച്ച നാരായണഗുരുകുലമാണ് മൂന്നാമ ത്തെ ധാര. ഗുരുവിന്റെ സാമൂഹികത പൊതുവെ നിരസിച്ച് ആധ്യാ ത്മികതയിൽ ഊന്നൽ നൽകിക്കൊണ്ടാണ് നാരായണഗുരുകുലം പ്രവർത്തിക്കുന്നത്. നാരായണഗുരുവിന്റെ ദർശനങ്ങൾ ലോകം മുഴുവൻ പ്രചരിപ്പിക്കാൻ ജീവിതം ഉഴിഞ്ഞുവെച്ച വ്യക്തിയായിരുന്ന നടരാജ ഗുരു.

സമൂഹത്തിലെ ഏതെങ്കിലും ശാക്തിക ബലാബലങ്ങളുടെ ഭാഗമായി ഇന്നും അത് മാറിയിട്ടില്ല എന്നത് അത്ഭുതകരമാണ്. നിത്യ ചൈതന്യയതിയും തുടർന്ന് ഇപ്പോൾ മഠാധിപതി ആയിരി ക്കുന്ന മുനി നാരായണപ്രസാദും ഗുരുചിന്തയെ ലോകത്തിന്റെ ശ്രദ്ധ യിൽ എത്തിക്കുന്നതിൽ ദത്തശ്രദ്ധരാണ്. അവരുടെ വാക്കുകൾക്ക് ഇനിയും കാതോർത്തിരിക്കാം.

ഹൈന്ദവ ഫാസിസത്തിൽ അണിചേരാതെ ഗുരുചിന്തയുടെ അനന്യതയെ സംരക്ഷിക്കുമ്പോഴും ഗുരുകുലത്തിന്റെ ചില പ്രവൃ ത്തികൾ പരോക്ഷമായെങ്കിലും ഫാസിസത്തിന് വളമാകുന്നുണ്ടോ എന്ന ആശങ്ക എനിക്കുണ്ടായിട്ടുണ്ട്. നിത്യ ചൈതന്യയതി രചിച്ച ഭഗത് ഗീത സ്വാധ്യായത്തിൽ വർണത്തെ മനഃശാസ്ത്രപരമായി ന്യായീകരിക്കുന്ന നിലപാടുകൾ നാരായണഗുരുവിന്റെ ചിന്തയോട് പൊരുത്തപ്പെടുന്നതാണോ എന്ന ചിന്ത എന്റെ മനസ്സിനെ അസ്വ സ്ഥമാക്കിയിട്ടുണ്ട്. അത്തരം സ്നേഹപൂർണമായ വിയോജിപ്പുകളാണ് നാരായണഗുരുവിനെക്കുറിച്ച് എഴുതണം എന്നൊരു പ്രേരണ ഉണ്ടാ ക്കിയത്.

ശ്രീനാരായണ പ്രസ്ഥാനങ്ങൾ തീവ്രഹിന്ദുവാദത്തിന്റെ പാളയ ത്തിൽ കാലാളകളായിത്തീർന്ന വർത്തമാനത്തിലാണ് നമ്മളുപ്പാ ള്ളള്ളത്. നാരായണഗുരുവിൽ നിന്ന മുഴങ്ങിയ മാനവ സ്നേഹത്തിൽ

നിന്ന് വിരുദ്ധമായി വളരെ നീചമായ വർഗീയ പരമാർശങ്ങൾ എസ്.എൻ.ഡി.പിയിൽ നിന്നും ഉണ്ടായപ്പോൾ ഗുരുചിന്തയ്ക്കുണ്ടായ അധഃപതനമോർത്ത് കേരളം നടുങ്ങി. ഗുരുചിന്തയെ പിന്തുടർന്ന പ്രസ്ഥാനങ്ങൾ എത്തിപ്പെട്ട അതി ദാരുണമായ അധഃപതനം വീണ്ടും നാരായണഗുരുവിനെ വായിക്കാവാൻ നമ്മെ പ്രേരിപ്പിക്കുന്നു.

'നവോത്ഥാനനായകരെക്കുറിച്ച് ഒരു പുസ്തക പരമ്പര തയ്യാറാക്കുന്നു. അതിൽ മാഷിന് ഏതാണ് താൽപ്പര്യം' എന്ന സുമേഷ് ചോദിച്ചപ്പോൾ നാരായണഗുരുവിനെ സ്വീകരിച്ചത്, പറയണമെന്ന് വെമ്പിയ കുറെ കാര്യങ്ങൾ വായനക്കാരോട് പങ്കുവെക്കാം എന്ന ആഹ്ലാദത്തോടെയായിരുന്നു. എന്റെ രണ്ടാമത്തെ പുസ്തകമാണിത്. പുസ്തകവായനയിലും രചനയിലും എന്നും പ്രചോദകരായ ദേവേശൻ പേരൂർ, ഡോ.പി. സുരേഷ്, മലയാള ഐക്യവേദിയിലെ സുഹൃത്തുക്കൾ, എന്റെ കുടുംബം എല്ലാവരോടുമുള്ള സ്നേഹം ഹൃദയത്തിൽ സൂക്ഷിക്കുന്നു. ഇത്തരമൊരു രചനയ്ക്ക് അവസരവും പ്രേരണയും നൽകിയ വി.പി. സുമേഷിനോടും ഇൻസൈറ്റ് പബ്ലിക്കയോടുമുള്ള കടപ്പാട് ഇവിടെ രേഖപ്പെടുത്തുന്നു.

സതീഷ് കുമാർ സി.കെ

ഉള്ളടക്കം

അരുവിപ്പുറം: കേരളത്തിന്റെ ശിരസ്സിൽ കുറിച്ചത്.................13

ജനനവും വിദ്യാഭ്യാസവും.................30

ഇരുളടഞ്ഞ ചില ഏട്ടുകൾ.................34

നാരായണഗുരുവും ക്ഷേത്ര പ്രതിഷ്ഠകളും.................40

ശ്രീ ശങ്കരനും ശ്രീ നാരായണനും.................49

ജാതിയും നാരായണഗുരുവും.................58

ഒരു മതം ഒരു ദൈവം.................70

ഭാഷയും വിമോചനവും.................78

ഈഴവ സന്യാസിയും ഹിന്ദുസന്യാസിയും.................85

അനുബന്ധം: സംവാദം, സംഭാഷണം, അഭിമുഖം, രചനകൾ

വാഗ്ഭടാനന്ദനുമായുള്ള സംവാദം.................95

ഗാന്ധിജി ശിവഗിരിയിൽ.................97

ജാതിലക്ഷണം.................99

ജാതി നിർണ്ണയം.................101

'നമുക്ക് ജാതിയില്ല' ഒരു വിളംബരം.................102

ജാതി, വർണ്ണം, ഇവയെ സംബന്ധിച്ച്.................103

മതത്തെപ്പറ്റി.................105

സഹോദരൻ അയ്യപ്പനുമായുള്ള സംവാദം.................106

നമ്മുടെ ഗുരുക്കന്മാർ.................110

ഒരഭിമുഖ സംഭാഷണം.................112

മറ്റൊരഭിമുഖ സംഭാഷണം.................118

അരുവിപ്പുറം: കേരളത്തിന്റെ ശിരസ്സിൽ കുറിച്ചത്

ആയിരത്തിയെണ്ണൂറ്റി എൺപത്തിയെട്ടിലെ ഒരു ശിവരാ ത്രിനാൾ. ഫുല്ലബാലരവി പോലെ കാന്തിമാനായ ഒരു യുവയോഗി നെയ്യാറിലെ ശങ്കരൻകുഴി എന്നറിയപ്പെടുന്ന കയത്തിൽ ആഴ്ത് മുങ്ങി. കാഴ്ചക്കാരായി നിൽക്കുന്ന കുറച്ച ഭക്തജനങ്ങൾ ആൾ പൊങ്ങി വരുന്നതു കാണാതെ ആകാംക്ഷാ ഭരിതരായി. അക്ഷമ യുടെ നെല്ലിപ്പടിയിൽ നിൽക്കുന്ന അവരുടെ മുന്നിലേയ്ക്ക് കയത്തിന്റെ ആഴങ്ങളിൽ നിന്നും മുങ്ങിയെടുത്ത ശിലയുമായി യോഗി കയറി വന്നു. അരുവിപ്പുറം പാറയുടെ മുകളിൽ മണിക്കൂറുകളോളം അദ്ദേഹം ധ്യാനലീനനായി ഇരുന്നു. ആ ശില പാറയുടെ മുകളിൽ പ്രതിഷ്ഠിക്ക പ്പെട്ടു. നിലനിൽക്കുന്ന ആചാരങ്ങളേയും കീഴ്ഴക്കങ്ങളെയും എല്ലാം ലംഘിച്ചുകൊണ്ട് അയിത്ത ജാതിക്കാരനായ ആ സന്യാസി അരുവി പ്പുറത്ത് ശിവലിംഗ പ്രതിഷ്ഠ നടത്തി. ക്ഷേത്രത്തിൽ പ്രവേശിക്കാനോ ആരാധിക്കാനോപോലും അർഹതയില്ലാത്ത ജാതിയിൽ പെട്ട ഒരാൾ എല്ലാ താന്ത്രികവിധികളെയും കാറ്റിൽ പറത്തി ശിവപ്രതിഷ്ഠ നടത്തിയപ്പോൾ പാരമ്പര്യത്തിന്റെയും മാമൂൽ വിശ്വാസങ്ങളുടെയും കോട്ടകൾ നടുങ്ങി. അന്ധവിശ്വാസങ്ങളുടെയും അനാചാരങ്ങളുടെയും

ഇരുൾക്കോട്ടയിൽ ഒരു വജ്രസൂചിപോലെ ആ പ്രതിഷ്ഠ സ്ഥാനം പിടിച്ചു.

ആധുനിക കേരളത്തിന്റെ അടിസ്ഥാന ശിലയാണ് അരുവിപ്പുറത്ത് അന്ന് സ്ഥാപിക്കപ്പെട്ടത്. ജാതിഭേദവും മതദ്വേഷവുമില്ലാതെ മനുഷ്യർ സാഹോദര്യത്തോടെ ഒത്തുചേരുന്ന ഒരു മാതൃകാസ്ഥാനമായിരുന്ന അദ്ദേഹത്തിന്റെ മനസ്സിൽ ഉണ്ടായിരുന്നത്.

"ജാതിഭേദം മതദ്വേഷ-
മേതുമില്ലാതെ സർവ്വരും
സോദരത്വേന വാഴുന്ന
മാതൃകാ സ്ഥാനമാണിത്"

അരുവിപ്പുറത്ത് ക്ഷേത്രച്ചുമരിൽ നാരായണഗുരു കുറിച്ചവെച്ച ഈ വരികളാണ് പിൽക്കാല കേരളത്തിന്റെ ശിരോലിഖിതമായി തീർന്നത്. ജാതിമതങ്ങൾക്കപ്പുറത്ത് ഒരു ജനാധിപത്യ സിവിൽ സമൂഹമായി കേരളം പരിവർത്തനം ചെയ്യപ്പെട്ടതിന്റെ ദാർശനികാ ധാരം ഈ സുവർണലിപികളായിരുന്നു.

കേരളം ജാതി ശരീരങ്ങളായി പരസ്പരം തീണ്ടാതെയും തൊടാതെയും ജീവിച്ച ഒരു ഇരുണ്ട യുഗത്തിലാണ് പ്രകാശ ഗോപുരം പോലെ ജ്ഞാനപ്രസരമുള്ള ആ വാക്കുകൾ കേരളത്തെ വിളിച്ചുണർത്തുന്നത്. ഗുരുവിന്റെ ജ്ഞാനതപസ്സിന്റെ മഹിമയല്ലാതെ മറ്റൊന്നും അന്ന് ഗുരുവിനോടൊപ്പം ഉണ്ടായിരുന്നില്ല. ശ്രീനാരായണ പ്രസ്ഥാനം എന്നു വിളിക്കപ്പെട്ടുന്ന ശ്രീനാരായണ ധർമ പരിപാലനയോഗം പോലും ഉണ്ടാകുന്നത് ഗുരുവിന്റെ അരുവിപ്പുറം പ്രതിഷ്ഠയ്ക്കുശേഷം പിന്നെയും പതിനഞ്ച് കൊല്ലം കഴിഞ്ഞ് 1903ലാണ്. ഇന്ന് ചിലർ കരുതുന്നതു പോലെ എസ്.എൻ.ഡി.പി. ഉണ്ടായതുകൊണ്ട് ശ്രീനാരായണഗുരു ഉണ്ടായതല്ല. കേരളത്തെ അർഥത്തിലും ഒരു ഇരുണ്ട ഭൂഖണ്ഡം എന്നു വിളിക്കപ്പെടാവുന്ന ഒരു കാലത്താണ് ഈ വചനം എഴുതിയത് എന്നാലോചിക്കുമ്പോൾ അദ്ദേഹത്തിന്റെ ദീർഘദർശിത്വത്തിനും മാനവിക സങ്കല്പത്തിനും മുന്നിൽ കൈകൂപ്പാതെ വയ്യ.

ഏതൊരു ചരിത്ര പുരുഷനെയും അദ്ദേഹം ജീവിച്ച ചരിത്ര സാഹചര്യത്തോടു ചേർത്തുനിർത്തിയാണ് പരിശോധിക്കപ്പെടേണ്ടത്. അപ്പോൾ മാത്രമാകും അദ്ദേഹത്തിന്റെ സംഭാവനകളുടെ യഥാർഥമായ മഹിമ വെളിവാക്കുക. ഇന്നത്തെ കേരളത്തിൽ ജീവിക്കുന്ന ഒരാൾക്ക് സങ്കൽപ്പിക്കാൻ കഴിയുന്നതിലും കടുത്ത

അന്ധവിശ്വാസങ്ങളും അനാചാരങ്ങളും കൊടിയ അനീതികളുമാണ് അന്നത്തെ കേരളത്തിൽ നടമാടിയിരുന്നത്. കേരളം ഒരു ഭ്രാന്താലയ മാണെന്ന് വിവേകാനന്ദനെ കൊണ്ട് പറയിച്ചത് ഇവിടത്തെ ജാതി യാചാരങ്ങളുടെ കാർക്കശ്യവും അതു പുലർത്തുന്നതിൽ കാണിച്ച നിർബന്ധബുദ്ധിയും ആയിരുന്നു.

"തൊട്ടുകൂടാത്തവർ, തീണ്ടിക്കൂടാത്തവർ,
ദൃഷ്ടിയിൽ പെട്ടാലും ദോഷമുള്ളോർ
കെട്ടില്ലാത്തോർ, തമ്മിലുണ്ണാത്തോരിങ്ങനെ-
യൊട്ടല്ലഹാ ജാതിക്കോമരങ്ങൾ"

എന്ന് ദുരവസ്ഥയിൽ കുമാരനാശാൻ പറഞ്ഞത് കേരളത്തെ സംബന്ധിച്ചിടത്തോളം വാസ്തവം തന്നെയായിരുന്നു. മനുഷ്യർക്ക് പരസ്പരം സ്പർശിച്ചുകൂടാ, ചിലരെ തീണ്ടാൻ പോലും പാടില്ല, ചിലർ തമ്മിൽ കെട്ട്(വിവാഹം) പാടില്ല, ചിലർ തമ്മിൽ ഉണ്ണാൻ പറ്റില്ല ഇങ്ങനെ ജാതിയുടെ അടിസ്ഥാനത്തിൽ മനുഷ്യർ തമ്മിൽ കോലടി കളിൽ അളന്ന് വിഭജിച്ച കഴിഞ്ഞിരുന്ന ഭ്രാന്തസമൂഹത്തിലേക്കാണ് നാരായണഗുരു കടന്നു വരുന്നത്.

എട്ടാം നൂറ്റാണ്ടിൽ ബ്രാഹ്മണകുടിയേറ്റങ്ങളോടെയാണ് കേരള ത്തിൽ ജാതീയ സമ്പ്രദായങ്ങൾ ആരംഭിക്കുന്നത്. അതിന് മുമ്പ് കേരളത്തിൽ ജൈന ബുദ്ധ മതങ്ങളാണ് പ്രാബല്യത്തിൽ ഉണ്ടായി രുന്നത്. പതിനൊന്നാം നൂറ്റാണ്ടോട്ടുകൂടി ബ്രാഹ്മണ കുടിയേറ്റം ശക്ത മാകുന്നതോടെയാണ് അവരുടെ സാംസ്കാരികമായ അധിനിവേശം കേരളത്തിൽ ശക്തമാക്കുന്നത്. ബ്രാഹ്മണ കേന്ദ്രിതമായ ജാതിവ്യവ സ്ഥ ഇവിടെ ആരംഭിച്ച. ഇവിടത്തെ രാജാക്കന്മാർ ക്ഷത്രിയന്മാരായി ഉയർത്തപ്പെട്ടു. ബ്രാഹ്മണ സംരക്ഷണമാണ് ക്ഷത്രിയന്റെ ഒന്നാമ ത്തെ ചുമതല. കേരളത്തിൽ വൈശ്യന്മാർ എന്നൊരു വർണം ഇല്ല എന്നത് അത്ഭുതമാണ്. കേരളത്തിലെ നായന്മാരെ ബ്രാഹ്മണർ പടയാളികളാക്കി. എന്നാൽ ക്ഷത്രിയരാക്കിയില്ല. നമ്മുടെ ജാതി വ്യവസ്ഥയുടെ സവിശേഷത ശ്രേണീകരിക്കപ്പെട്ട ജാതിയാണ്.

കേരളത്തിൽ നിലനിന്നിരുന്ന ജാതി സമ്പ്രദായം ഉപരിപ്ലവമായ ഒന്നായിരുന്നില്ല. അത് ആഴത്തിലുള്ളതും സങ്കീർണവുമായിരുന്നു. ബ്രാഹ്മണരുടെ താല്പര്യങ്ങൾ അതിൽ മുന്നിട്ട നിന്നിരിക്കാം. എന്നാൽ ബ്രാഹ്മണ താൽപര്യത്തിനുവേണ്ടി മാത്രം കൊണ്ടവ ന്ന ഒന്നായി അതിനെ ലളിതവൽക്കരിച്ച കാണാൻ കഴിയില്ല.

ജാതീയത സവർണനും അവർണനും തമ്മിൽ മാത്രമായിരുന്നില്ല. സവർണനിലെ അവാന്തരവിഭാഗങ്ങളും അവർണനിലെ അവാന്ത രവിഭാഗങ്ങളും ജാതീയത ആചരിച്ചിരുന്നു. ജാതി പാലിക്കേണ്ടത് ഹിന്ദുനിയമമായിരുന്നു. ചാതുർവർണ്യത്തിന്റെ നിയമങ്ങൾ ജാതി യിലേയ്ക്ക് പ്രയോഗിക്കപ്പെട്ടുകയായിരുന്നു. ജാതിയുടെ പേരിൽ സമൂഹത്തിലെ ഭൂരിപക്ഷത്തിനും പഠിക്കാനും ജീവിക്കാനുമുള്ള സ്വാ തന്ത്ര്യം പോലും നിഷേധിക്കപ്പെട്ടു. ജാതീയത ആചരിക്കുന്നതിൽ ഹിന്ദുക്കൾ വളരെ കണിശത പുലർത്തി. നായരും നമ്പൂതിരിയും, മാരാരും നായരും തമ്മിൽ ജാതിയിൽ എത്ര ശ്രദ്ധകാണിച്ചുവോ അത്ര തന്നെ ഈഴവനും പുലയനും തമ്മിലും, പുലയനും പറയനും തമ്മിലും കാണിച്ചു എന്നതാണ്.

ഉയർന്ന ജാതിക്കാരനെ താഴ്ന്ന ജാതിക്കാരൻ അയിത്തമാക്കാതി രിക്കാൻ ഇത്ര ദൂരം മാറി നിൽക്കണമെന്നുണ്ടായിരുന്നു. ഇതിനെ തീണ്ടാപ്പാട് എന്ന് പറയും. ബ്രാഹ്മണനിൽ നിന്ന് പറയൻ 64 അടിയും പുലയൻ 54 അടിയും ഈഴവൻ 30 അടിയും അകന്ന നിൽക്കണമായിരുന്നു. നായർക്ക് നമ്പൂതിരിയെ തീണ്ടാം. പക്ഷേ തൊടാൻ പാടില്ല. എന്നാൽ കേരളത്തിലെ മറ്റ ജാതിക്കാരെ അപേക്ഷിച്ച് നായന്മാർക്ക് നമ്പൂതിരിമാരോട് അടുത്ത ബന്ധമുണ്ടാ യിരുന്നു. നമ്പൂതിരിമാർക്കുവേണ്ടി ജാതീയ പീഡനങ്ങൾ നടപ്പാ ക്കാൻ വിധിക്കപ്പെട്ടത് നായന്മാരായിരുന്നു. മന്നത്ത് പത്മനാഭൻ തന്റെ ആത്മകഥയായ 'എന്റെ ജീവിത സ്മരണകളിൽ' എഴുതുന്ന 'അവരുടെ സ്വന്തം അമ്പലത്തിൽ പോലും അടിമകളെപോലെ പാത്തും പതുങ്ങിയോ പ്രവേശിക്കാൻ അവർ ധൈര്യപ്പെട്ടുള്ളൂ. മണി യടിച്ചു തൊഴാനോ മണ്ഡപത്തിൽ കയറി ഇരുന്ന് ഈശ്വര ഭജനം ചെയ്യാനോ അവർക്കും അവകാശമുണ്ടെന്നു വിചാരിക്കുന്നതുപോലും പാവമാണെന്നു വിശ്വസിക്കുന്ന കൂട്ടർക്ക് ബ്രാഹ്മണരെ പോലെ ഈശ്വരനെ നേരിട്ട് പൂജിക്കാൻ ആഗ്രഹമുണ്ടാകാത്തതിൽ അത്ഭുത മില്ല. ഹിന്ദു സമുദായത്തിലെ ഏറ്റവും ന്യൂനപക്ഷമായ ബ്രാഹ്മണരുടെ സർവാധിപത്യത്തിനു ക്ഷേത്രങ്ങളെ ഒഴിഞ്ഞു കൊടുക്കുക മാത്രമല്ല, തങ്ങൾ അവിട്ടത്തെ വേലക്കാരും സൂക്ഷിപ്പുകാരും മാത്രമാണെന്നും സമ്മതിച്ച പെരുമാറുകകൂടി ചെയ്തു. ക്ഷേത്ര സംരക്ഷണത്തിനുവേ ണ്ടി അവർ അടിമകളായതിനോട്ട കൂടി ഹിന്ദു സമുദായത്തിലെ ബഹുഭൂരിപക്ഷക്കാരായ അവർണരെ എന്നും അടിമകളായി വെച്ച

കൊണ്ടിരിക്കാനുള്ള ചുമതല ഏറ്റെടുക്കുകയും ചെയ്തു."

ബ്രാഹ്മണ്യത്തിന് കീഴിൽ സ്വന്തം അസ്തിത്വം നഷ്ടപ്പെടുന്ന നായർ ജനതയെക്കുറിച്ചാണ് അദ്ദേഹം എഴുതുന്നത്. ഒരു ഈഴവൻ തീണ്ടാപ്പാട് വകവെക്കാതെ ഒരു നായരെ സമീപിച്ചാൽ അവനെ അവിടെ വെച്ച് വെട്ടിക്കൊല്ലാൻ നായർക്ക് അധികാരമുണ്ടായിരുന്നു. ഈ നിയമം ഹൃദയാലുത്വത്തിന്റെ പേരിൽ നായർ ലംഘിച്ചാൽ അപ്പോൾ അയാൾ ആചാര ലംഘനകുറ്റത്തിന് വിധേയനാവും. രാജ സ്ഥാനത്തുനിന്നും അയാൾക്കെതിരെ നടപടിയും വരും.

കേരളത്തിലെ ഹിന്ദുക്കളുടെ ആചാരങ്ങളും അനുഷ്ഠാനങ്ങളും മതപരം എന്നതിനേക്കാൾ ജാതിപരമായിരുന്നു. ജനനം, മരണം, വിവാഹം, വേഷം, ആഭരണം, ഭക്ഷണം എന്നിവയെല്ലാം ജാതിയ ടിസ്ഥാനത്തിലായിരുന്നു നിർണയിക്കപ്പെട്ടത്. ഓരോ ജാതിയിലും പെട്ടവർ ഇന്നിന്ന രീതിയിലേ വസ്ത്രം ധരിക്കാവൂ എന്ന ചട്ടമുണ്ടാ യിരുന്നു. താഴ്ന്ന ജാതിക്കാർ മുട്ടുമറയും വിധം മുണ്ടുടുക്കാൻ പാടില്ല. അവരുടെ സ്ത്രീകൾ മാറുമറയ്ക്കരുത്. മെതിയടി ഉപയോഗിക്കരുത്. മഴയത്തുപോലും കുട പിടിക്കരുത്. മീശവയ്ക്കരുത് സ്വർണ്ണം, വെള്ളി എന്നിവ കൊണ്ടുള്ള ആഭരണങ്ങൾ ധരിക്കരുത് ഉയർന്ന ജാതിക്കാർ അണിയുന്ന തരത്തിലുള്ള ആഭരണങ്ങൾ ഒരു കാരണവശാലും ധരി ക്കരുത്.

ജാതീയത ഭാഷയിൽ പോലും നിലനിന്നിരുന്നു. ഉയർന്ന ജാതി ക്കാരോട് സംസാരിക്കുമ്പോൾ ആചാരഭാഷ ഉപയോഗിക്കണം. അവന് ഒരിക്കലും വീട് എന്ന പറയാൻ അവകാശമില്ല. കുപ്പമാടം എന്നേ പറയാവൂ. കഞ്ഞിയാണ് കുടിക്കുന്നതെങ്കിലും കഞ്ഞി എന്ന പറയരുത്. കരിക്കാടി എന്നേ പറയാവൂ. വീട് എന്നത് ജാതിക്കന സരിച്ച് ഇല്ലം, വാര്യം, മഠം, മന, നാലുകെട്ട്, മാടം, ചെറ്റ, കുപ്പമാടം എന്നിങ്ങനെ മാറും. അടിയാന് സ്വന്തം കുട്ടിയെ കിടാത്തൻ, കുട്ടിക്കരങ്ങ് എന്നൊക്കെയേ പറയാൻ കഴിയൂ. സവർണതയുടെ വാക്കുകൾ തിരുമേനി, തിരുമനസ്സ്, കല്പന, അരുളപ്പാട്, എന്നൊ ക്കെയാകുമ്പോൾ അവർണതയുടെ വാക്കുകൾ അടിയൻ, റാൻ, എറാൻ, പഴമനസ്സ് എന്നൊക്കെയായിരുന്നു. ഭാഷയിൽ പോലും ജാതി അതിസൂക്ഷ്മമായി പ്രവർത്തിച്ചിരുന്ന എന്നതാണ് ഇത് കാണി ക്കുന്നത്. പഴയ സംസ്കൃത നാടകങ്ങളിൽ സ്ത്രീകൾക്കും ശൂദ്രന്മാർക്കും പ്രാകൃതം മാത്രമേ ഉച്ചരിക്കാൻ അനുവദിച്ചിരുന്നുള്ളൂ. നല്ലതൊന്നും

അവർണന് ലഭിക്കരുത് എന്ന നിർബന്ധബുദ്ധി ജാതി മേധാവിത്വ ത്തിനുണ്ടായിരുന്നു. നല്ല പേരുകൾ ഇടാൻ പോലും അവർണനെ അനുവദിച്ചിരുന്നില്ല.

ഇതിലെല്ലാം ക്രൂരം ശൂദ്രന് അക്ഷരം പോലും നിഷേധിച്ചിരുന്നു എന്നതാണ്. ശങ്കരാചാര്യരുടെ അപശൂദ്രാധികരണത്തെ മുൻനിർ ത്തി ശൂദ്രന് അക്ഷരം നിഷേധിക്കപ്പെട്ടു. ശൂദ്രമക്ഷര സംയുക്തം/ ദൂരത പരിവർജ്ജയേത് എന്ന സൂക്തം ശൂദ്രന്റെ എല്ലാ ജ്ഞാനമോ ഹങ്ങൾക്കും മുകളിൽ സാക്ഷ വലിച്ചിട്ടു. ശങ്കരാചാര്യരുടേതാണ് ഈ വിധി എന്നതിൽ ചില ദുരുദ്ദേശ്യങ്ങൾ കാണാം. കാരണം ശങ്കരാചാര്യർ മോക്ഷത്തിനുള്ള മാർഗ്ഗമായി ജ്ഞാനത്തെ കാണുന്ന ആളാണ്. അങ്ങനെയൊരാൾ ശൂദ്രന് അക്ഷരം നിഷേധിക്കുമ്പോൾ ഒരിക്കല്യം മോചനമില്ലാത്ത ഇരുട്ടിലേക്ക് അവരെ തള്ളിവിടുക എന്നു തന്നെയാണ് ലക്ഷ്യമാക്കിയതെന്ന് പറയേണ്ടിവരും.

കേരളത്തിൽ അവർണന്മാർക്ക് വിദ്യാലയ പ്രവേശനം നൽകി യിരുന്നില്ല. അയിത്തമായിരുന്നു കാരണം. മറ്റു ജാതിക്കാരെ ഇവർ തീണ്ടി കളങ്കിതരാക്കും എന്ന കാരണത്താൽ ഇവരെ വിദ്യാലയ ത്തിൽ ചേർത്തില്ല. ഇനി ആരെങ്കിലും ഏതെങ്കിലും വിധത്തിൽ കഷ്ടപ്പെട്ട് പഠിച്ചാലും അവന് അഞ്ചുരൂപ ശമ്പളമുള്ള ഒരു പ്യൂണിന്റെ പണിപോലും കിട്ടിയിരുന്നില്ല. ഡോ. പൽപ്പുവിന്റെ അനുഭവം തന്നെ നോക്കുക. കേരള സർവ്വീസിൽ ജോലി ലഭിക്കാത്തതു കൊണ്ട് അദ്ദേഹത്തിന് മൈസൂർ ഗവൺമെന്റ് സർവ്വീസിൽ ചേരേണ്ടിവ ന്നു. ഇങ്ങനെ പഠനത്തിലും ജോലിയിലും എല്ലാം ഇവരെ പുറത്തു നിർത്തിയെങ്കിലും റവന്യൂ വർദ്ധനവിന് തലക്കരം, മീശക്കരം, മുലക്കരം, ഏണിക്കരം, ഇങ്ങനെ വിചിത്രമായ കരങ്ങളൊക്കെ പിരിച്ചെടുത്തിരുന്നു.

വർണ വിഭജനം ഹിന്ദുമതത്തിന്റെ അടിസ്ഥാന ഗ്രന്ഥങ്ങളിൽ തന്നെ പറയപ്പെട്ടതാണ്. വർണമല്ല ജാതി എന്ന് അഭിപ്രായമുള്ളവർ ഉണ്ട്. മഹാത്മാഗാന്ധി തന്നെ ജാതിചിന്തയെ ഉച്ചാടനം ചെയ്യാൻ സമരം നയിക്കുമ്പോൾ വർണം ആവശ്യമാണെന്ന പക്ഷക്കാരനായി രുന്നു. വർണം ശാസ്ത്രീയവും ജാതി അശാസ്ത്രീയവുമെന്ന രീതിയിൽ ഒരു പാട് ഹൈന്ദവ ചിന്തകർ എഴുതുന്നു. വർണമെന്നത് ജാതിയിൽ നിന്ന് വ്യത്യസ്തമല്ല. വർണത്തിന്റെ ഒരു ഉപവിഭജനം മാത്രമാണ് ജാതി. വർണമെന്നതും മനുഷ്യനെ മനുഷ്യത്വരഹിതമായി ജന്മം

കൊണ്ട് വിഭജിക്കുന്ന രീതി തന്നെയാണ്. മനുഷ്യരെ അത് നാല് തട്ടായി വിഭജിക്കുന്നു. ബ്രാഹ്മണർ, ക്ഷത്രിയർ, വൈശ്യർ, ശൂദ്രർ അതിൽ ഏറ്റവും മുകളിലുള്ള വിഭാഗത്തിന് സർവ അവകാശങ്ങളും മഹിമയും കൽപിച്ച കൊടുക്കുന്നു. ഏറ്റവും താഴെയുള്ള ശൂദ്രവിഭാ ഗത്തിനാകട്ടെ ഒരു മനുഷ്യാവകാശവുമില്ലാതെ ആദ്യത്തെ മൂന്ന വിഭാഗങ്ങൾക്ക വേണ്ടി ഭൂമിയിൽ മാടുകളെ പോലെ പണിചെയ്യാൻ വിധിക്കപ്പെടുന്നു. അങ്ങേയറ്റം മനുഷ്യത്വ വിരുദ്ധമായ ഈ ചിന്തയെ ദൈവികമായ കൈയ്യൊപ്പോടെ അവതരിപ്പിക്കുക എന്നതാണ് ഗീതയടക്കമുള്ള വൈദികഗ്രന്ഥങ്ങൾ ചെയ്തുപോന്നത്. മതചിന്തയുടെ പേരിൽ അതിനെ തള്ളാൻ കഴിയാതെ ഈ ക്രൂര വ്യവസ്ഥയെ വ്യാ ഖ്യാനിച്ച് പരിലാളിക്കുന്ന വ്യാഖ്യാന ഫാക്ടറിക്കാർ ധാരാളമാണ്.

എന്നാൽ നാരായണഗുരു ഒരിടത്തും ജാതിയെ ന്യായീകരിച്ചില്ല. വർണധർമ്മങ്ങൾ അടിച്ചേല്പിക്കുന്ന ഒരു ഹൈന്ദവ കൃതിയേയും അദ്ദേഹം ആധികാരികമെന്ന് എണ്ണിയില്ല. അതുകൊണ്ട് തന്നെ ഭഗവത്ഗീതയിലെ ചാതുർവർണ്യത്തെയും ഗുരു നിരാകരിച്ചു. ആധികാരിക പ്രമാണ ഗ്രന്ഥങ്ങളോട് ഗുരു സ്വീകരിച്ച യുക്ത്യാധി ഷ്ഠിതമായ നിലപാട് വേണ്ടത്ര തിരിച്ചറിയപ്പെട്ടിട്ടില്ല. ഇന്ത്യയിൽ ഒരു സന്യാസിയും ഇത്ര ധീരമായ വെല്ലുവിളി ബ്രാഹ്മണിക അധി കാരത്തോട് നടത്തിയിട്ടില്ല. തപസ് ചെയ്ത ശംബൂകന്റെ തലവെട്ടി മോക്ഷം നൽകുകയാണ് ശ്രീരാമൻ ചെയ്തത്. ബ്രാഹ്മണനെ പ്രീതി പ്പെടുത്തുകയായിരുന്ന ആ പ്രവൃത്തിയുടെ ലക്ഷ്യം. എന്നാൽ നൂറ്റാണ്ട കളായി ഈ കഥയെ ശംബൂകനോട്, ശ്രീരാമൻ ചെയ്ത ഔദാര്യമായി വായിപ്പിക്കാൻ കഴിയുന്നതാണ് ബ്രാഹ്മണ കോയ്മയുടെ ഡൈഷണി കമായ വിജയം. തനിക്ക സന്യാസം നൽകിയത് ഇംഗ്ലീഷുകാരനാ ണെന്ന് അദ്ദേഹം നർമഭാവത്തിൽ പറയുകയുണ്ടായി. 'ശ്രീരാമന്റെ കാലത്തുപോലും ശൂദ്രാദികൾക്ക് സന്യസിപ്പാൻപാടില്ലെന്നല്ലേ പറയുന്നത്? ഹിന്ദുക്കൾ സ്മൃതികൾ നോക്കി ഭരിക്കുന്നവരാണല്ലോ? ഭാരതീയ ശ്രുതികളിലും സ്മൃതികളിലും ഉള്ള ഈ ശൂദ്രവിരോധം തിരിച്ചറിയുകയും അതിന്റെ തന്നെ നിയമങ്ങൾകൊണ്ട് വെല്ലുവിളി ക്കുകയുമാണ് അദ്ദേഹം ചെയ്തത്. അങ്ങനെ പരശുരാമൻ മഴുവെറി ഞ്ഞ് വീണ്ടെടുത്ത് ബ്രാഹ്മണർക്ക് ദാനം നൽകിയെന്നു പറയുന്ന കേരളക്കരയിൽ നാരായണൻ നാട്ടിയകല്ലാണ് പിൽക്കാലത്ത് കേരളത്തിലെ മുഴുവൻ അധഃസ്ഥിത ജനതയുടെയും ആത്മാഭിമാന ത്തിന്റെ ആധാരശിലയായത്.

ചാതുർവർണ്യത്തെ ഒരു ദൈവികവ്യവസ്ഥയായി അവതരിപ്പി
ക്കുന്നത് പരോക്ഷമായി ജാതിയെ സാധൂകരിക്കാനും സഹായകമാ
കുന്നുണ്ട്. ചാതുർവർണ്യം മായാസൃഷ്ടം എന്ന ഗീതാവാക്യത്തിന്റെ
സാധുതയെ തന്നെ ഇരു ചോദ്യം ചെയ്യുന്നു. വൈക്കം സത്യാഗ്രഹ
സമയത്ത് ഒരു ഭക്തനുമായി നടന്ന സംഭാഷണം.

ഭക്തൻ   : മഹാത്മാഗാന്ധി വർണാശ്രമം നല്ലതാണെന്നാണ് അഭി
            പ്രായപ്പെടുന്നത്

സ്വാമി   : വർണം, ആശ്രമം രണ്ടും രണ്ടാണ്, സാധാരണ ജാതിയെ
            പറ്റി പറയുമ്പോൾ വർണാശ്രമം എന്നാണ് പറയുന്നത്.
            വർണം എന്നാൽ ഗാന്ധി എന്താണെന്നു പറയുന്നു.

ഭക്തൻ   : വർണം ജാതിയല്ല. ജാതിയും വർണവുമായി സംബന്ധ
            മില്ല എന്നാണ് ഗാന്ധി പറയുന്നത്.

സ്വാമി   : ഗുണകർമങ്ങളെ അടിസ്ഥാനമാക്കിയായിരിക്കാം.
            ഗുണകർമങ്ങളിൽ സ്ഥായിയായി ഒന്നും ഇല്ലല്ലോ അത്
            എപ്പോഴും മാറികൊണ്ടിരിക്കും. ഒരാളുടെ ഗുണകർമങ്ങൾ
            തന്നെ മാറിക്കൊണ്ടിരിക്കും. അപ്പോൾ പിന്നെയെങ്ങനെ
            വർണം നിശ്ചയിക്കാം.

അപ്പോൾ ഒരു കാര്യം വ്യക്തമാണ്. ഇരു ജാതിയെ മാത്രമല്ല,
ദൈവികമെന്ന് പറഞ്ഞ് നടപ്പാക്കപ്പെടുന്ന വർണ വിഭജനത്തെയും
എതിർക്കുന്നു. ഗുണത്തിന്റെ അടിസ്ഥാനത്തിലാണ് വർണമെന്ന്
പറയാൻ കഴിയില്ല. കാരണം ഗുണം ആരിലും സ്ഥിരമല്ല. ഹൈന്ദവ
സമൂഹത്തിലെ ജാതിവ്യവസ്ഥയെയും വർണവ്യവസ്ഥയെയും
പൂർണമായി നിരസിച്ച സന്യാസിയാണ് അദ്ദേഹം- എന്നാലിന്ന്
നാരായണഗുരുവിന്റെ ശിഷ്യപരമ്പരകൾ തന്നെ ചാതുർവർണ്യ
ത്തിന് മതശാസ്ത്രത്തിന്റെയും തൊഴിൽ വിഭജനത്തിന്റെയും മഹത്വ
പരിവേഷം നൽകി അതിനെ ശാശ്വതീകരിക്കാൻ ശ്രമിക്കുന്നുണ്ട്.
എന്നാൽ നാരായണഗുരു ഒരിടത്തും ജാതിയെയോ വർണവ്യവസ്ഥ
യെയോ അംഗീകരിച്ചിട്ടില്ല.

നാരായണഗുരുവിന്റെ ആദർശങ്ങൾ അതിന്റെ ശരിയായ
അർഥത്തിൽ ഇനിയും കേരളീയ സമൂഹത്തിൽ വിലയിരുത്തപ്പെട്ടി
ട്ടില്ല. ഗുരുവിനെ ഒരു സാമൂഹ്യപരിഷ്കർത്താവായോ, വേദാന്തിയായ
സന്യാസിയായോ വിഭജിച്ച കാണുന്നു. ചിലർ ഗുരുവിന്റെ സാമൂഹിക
ചിന്തയെ മാനിക്കുന്നു. ചിലർ അദ്ദേഹത്തിന്റെ ദർശനത്തെ

മാനിക്കുന്നു. ഒരു തരത്തിൽ ഗുരുവിനെ കുറിച്ചുള്ള വിലയിരുത്തലു കളെല്ലാം അന്ധർ ആനയെ കണ്ടതു പോലെയാണ്. ഓരോരുത്തരും തങ്ങൾക്ക് ഇഷ്ടമായ വശം മാത്രം കണ്ട് ഗുരുവിനെ വിലയിരുത്തുന്നു. ഗുരുവിന്റെ ചിന്തയും പ്രവൃത്തിയും വിഭജിച്ചു മനസ്സിലാക്കേണ്ടവയല്ല. ഗുരുവിന്റെ ദർശനങ്ങളിൽ നിന്നു തന്നെയാണ് ഗുരുവിന്റെ സാമൂഹി കതയും ഉരുത്തിരിയുന്നത്.

പാശ്ചാത്യ മാനവികതയിൽ തേവിക്കളിച്ച നനഞ്ഞതല്ല ഗുരുവിന്റെ ജീവിതവീക്ഷണം. അതിന്റെ യുക്തികൾ തീർത്തും പൗരസ്ത്യമായിരുന്നു. അതുകൊണ്ടുതന്നെ നവോത്ഥാന പ്രസ്ഥാന ങ്ങളെ ബാധിച്ചിരുന്ന പാശ്ചാത്യ യുക്തിയുടെ (ദെക്കാർത്തിയൻ ദ്വന്ദ്വാത്മകത) ദ്വൈതങ്ങളിൽ നിന്ന് വിമുക്തമായിരുന്ന അദ്ദേഹ ത്തിന്റെ ദർശനം. ഗുരുപഠിച്ചിരുന്നത് മലയാളവും തമിഴും സംസ്കൃത വുമായിരുന്നു. ഇംഗ്ലീഷ് ഭാഷ അദ്ദേഹത്തിന് പരിചിതമായിരുന്നില്ല. അതിനാൽ യൂറോ കേന്ദ്രിതമായ പ്രപഞ്ച വീക്ഷണത്തിൽ നിന്നു വിമുക്തമായിരുന്ന ഗുരുദർശനം. ഭാരതീയമായ അദ്വൈത ദർശന മാണ് ഗുരുവിന്റെ തത്വചിന്തയുടെ ഫാതൽ.

ഒരാളുടെ തത്വചിന്ത ഏത് എന്ന ചോദ്യം മാത്രമല്ല പ്രസക്തം. ആ ചിന്തയിൽ നിന്ന് അയാൾ എന്ത് ഗ്രഹിക്കുന്നു എന്നതാണ്. അദ്വൈത ചിന്ത വഹിക്കുന്ന ആദ്യത്തെ ചിന്തകനല്ല ശ്രീനാരായ ണഗുരു. അദ്ദേഹത്തിനു മുമ്പ് ശങ്കരനും, മാധ്വനും രാമാനുജനുമെല്ലാം അദ്വൈത വേദാന്തികളായുണ്ട്. അദ്വൈതചിന്തയെ ഇന്ത്യൻ ദാർ ശനികതയുടെ സർവജ്ഞ പീഠത്തിൽ ഇരുത്തിയത് ശങ്കരനാണ്. എന്നാൽ ശങ്കരന്റെ അദ്വൈതമല്ല തത്വത്തിലും പ്രയോഗത്തിലും നാരായണന്റേത്. ശ്രീ ശങ്കരന്റെ അദ്വൈതം ഇന്ത്യയിലെ ഫ്യൂഡൽ ജാതിവ്യവസ്ഥയുടെ ഒരു സംരക്ഷണ കവചമായി മാറിയപ്പോൾ ശ്രീനാരായണ വേദാന്തം ഇന്ത്യൻ ജാതിവ്യവസ്ഥയെ ദ്രവീകരിച്ച് ഒരു പുതിയ സിവിൽ സമൂഹമായി പരിവർത്തിപ്പിക്കുന്നതിനുള്ള വിമോചക ശക്തിയായി മാറി. ബി.രാജീവൻ എഴുതുന്നു. 'ഏതു ധർമ്മ സിദ്ധാന്തവും ഒരു സമൂഹത്തിൽ പ്രവർത്തിക്കുന്നത് അമൂർത്തമായ ഒരു ഭൗതിക യന്ത്ര (Abstract Machine)മായിട്ടാണ്. ഏതു ധർമ്മ സിദ്ധാന്തവും ഏതു സമൂഹത്തിലും രണ്ടു വ്യത്യസ്ത രൂപങ്ങളിലാണ് പ്രവർത്തിക്കുന്നത്. ഒന്ന് ആധിപത്യം പുലർത്തുന്ന, നിലനിൽ ക്കുന്ന വ്യവസ്ഥയനുസരിച്ച് സമൂഹഘടനയെ ദൃഢീഭവിപ്പിക്കുന്ന

(Stratification) തിന്റെ ദീർഘരേഖ എന്ന നിലയിൽ. മറ്റൊന്ന് ദ്യഢീ
ഭവിച്ച ഒരു സമൂഹഘടനയെ മറ്റൊരു പ്രവാഹത്തിലേക്കു കുതിപ്പി
ക്കുന്ന ദ്രവീകരണത്തിന്റ (Destratification) ശക്തി സ്രോതസ് എന്ന
നിലയിൽ ശ്രീനാരായണധർമം ഉറച്ചുകട്ടിയായ ഒരു സമൂഹപാളിയെ
മറ്റൊരു പ്രവാഹക്കുതിപ്പിനു പാകത്തിൽ ദ്രവീകരിക്കുന്നതിന്റെ
ശക്തി പ്രഭവമായിരുന്നു." (നാരായണഗുരുവും വേദാന്തത്തിന്റെ നൂ
നപക്ഷവത്ക്കരണവും) അതുകൊണ്ടുതന്നെ ശങ്കരന്റെ വെറുമൊരു
പിന്തുടർച്ചക്കാരനായി നാരായണഗുരുവിനെ കാണുന്നത് സത്യദർ
ശനത്തിന് സംഭവിക്കുന്ന ഒരു പിഴവാണ്. ശങ്കരൻ ഒരു അദ്വൈത
വാദിയായിരുന്നു ശ്രീനാരായണഗുരു ഒരു അദ്വൈതദർശിയും.

പരമമായ സത്യം ബ്രഹ്മമായതു കൊണ്ട്, ആത്യന്തികമായി
എല്ലാം ബ്രഹ്മമായതു കൊണ്ട് ജാതി പോല്ലുള്ള വ്യാവഹാരികമിഥ്യ
കളെ സത്യമായി എണ്ണാൻ നാരായണഗുരു തയ്യാറായില്ല. എന്നാൽ
ശങ്കരനാകട്ടെ അദ്വൈത വാദിയായിരിക്കുമ്പോൾ തന്നെ പ്രപ
ഞ്ചത്തെ വ്യാവഹാരിക സത്യമായി പരിഗണിക്കുകയും എന്നാൽ
ജീർണിച്ച ജാതിവ്യവസ്ഥയെ താത്വികമായി പിന്തുണയ്ക്കുകയും
ചെയ്തു. ലക്ഷോപലക്ഷം ജനങ്ങളുടെ ജീവിതത്തെ ജാതീയതയുടെ
കരാള ഹസ്തങ്ങളിലേക്ക് ശങ്കരൻ നിർഭയം എറിഞ്ഞുകൊടുത്തു.
ശൂദ്രന് മോക്ഷവും എന്തിന് അക്ഷരം പോല്യം നിഷേധിക്കുകയും
ചെയ്തു.

ഗുരുവിന്റെ ദാർശനികതയും സാമൂഹികതയും തമ്മില്ലുള്ള യോഗാ
ത്മകത്വം വേണ്ട രീതിയിൽ ഇനിയും ചർച്ച ചെയ്യപ്പെട്ടിട്ടില്ല. താൻ
ജീവിച്ചിരുന്ന കാലഘട്ടത്തിലെ ദുഃഖിതരായ മനുഷ്യരുടെ ജീവിതം
മെച്ചപ്പെടുത്താനുള്ള പരിശ്രമങ്ങളിൽ അദ്ദേഹം എന്നും മുൻനിരയിൽ
ഉണ്ടായിരുന്നു. എന്നാൽ സാമൂഹികതയുടെ നാല്യ ചതുരങ്ങളിൽ
ഒതുങ്ങുന്നതായിരുന്നില്ല ഗുരുവിന്റെ ദർശനം. കറങ്ങുന്ന ചക്രത്തിന്റെ
നടുവില്ലുള്ള നിശ്ചലമായ ബിന്ദുപോലെ കേരളത്തിലെ സാമൂഹ്യ
നവോത്ഥാനത്തിന്റെ നടുനാകയത്വം വഹിക്കുമ്പോഴും അദ്ദേഹം
അതിന്റെ ഭാഗമായിരുന്നില്ല. മുനി നാരായണ പ്രസാദ് എഴുതുന്നു.
"കേരളം എന്ന ചെറിയ വൃത്തത്തിനുള്ളിൽ നിന്ന് ലോകത്തെയും
ജീവിതത്തെയും കാണുകയും ആ മണ്ഡലത്തിനകത്തെ താൽപര്യ
ങ്ങൾ മാത്രം മനസ്സിൽ വെയ്ക്കുകയും ചെയ്യുന്ന ആളുകളുടെ കാഴ്ചപ്പാ
ടാണ് അദ്ദേഹത്തെ ഓരോ നിർവചനങ്ങളിലേക്കും ചുരുക്കുന്നത്.

ഇരു ഏതെങ്കിലും ജാതിക്കവേണ്ടിയോ മതത്തിനവേണ്ടിയോ സമുദായത്തിനവേണ്ടിയോ ചിന്തിച്ചയാളല്ല. ഒരു ജാതി, ഒരു മതം, ഒരു ദൈവം എന്ന ഇരു പറഞ്ഞു. ആർക്ക്? മനുഷ്യന് എന്നാണ് പറഞ്ഞത്. മനുഷ്യൻ എന്നാൽ കേരളത്തിലുള്ളവർ എന്നാണോ അർഥം? ലോകത്തിലുള്ള എല്ലാവരും മനുഷ്യരല്ലേ? എല്ലാ മനുഷ്യ രെയും സംബന്ധിക്കുന്ന സത്യമല്ലേ ഇരു പറഞ്ഞത്? ഇവിട്ടത്തെ സമൂഹ്യവ്യവസ്ഥിതികണ്ടിട്ടാണ് ഇരുവങ്ങനെ പറഞ്ഞത് എന്ന കേൾക്കാറുണ്ട്. ഒരു പക്ഷേ ഇരുവിനള പ്രചോദനമായിട്ടുണ്ടാകാം. ഇല്ലെന്ന് പറയുന്നില്ല. പക്ഷേ ഇരുവങ്ങനെ പറഞ്ഞത് ഒരു സത്യത്തെ വെളിപ്പെടുത്താനാണ്. ഒരു തത്വമാണ് പറഞ്ഞത്."

മുനിനാരായണ പ്രസാദ് പറയുന്ന ഒരു കാര്യം വളരെ പ്രസ ക്തമാണ്. നാം നമ്മളിൽ ഇരുന്ന് ഇരുവിനെ കാണുന്നു. നമ്മുടെ തീരശ്ചീനമായ നോട്ടം കൊണ്ട് സാർവകാലികമായി ലംബമായി കാര്യങ്ങളെ കാണുന്ന ഇരുവിനെ വിലയിരുത്തുമ്പോൾ സംഭവിക്കുന്ന പിഴവാണിത്. സ്വാമിക്ക് പ്രവൃത്തിയാർ പണിയാണല്ലോ എന്ന കളി യാക്കിയ ചട്ടമ്പിസ്വാമികളോട് പ്രവൃത്തിയുണ്ട് ആരില്ല എന്നാണ് ഇരു മറുപടി പറഞ്ഞത്. എന്ന പറഞ്ഞാൽ പ്രവൃത്തിയുണ്ട്. കർത്താ വില്ല. യോഗാത്മകനായ ഇരുവിന്റെ അസംഗനായുള്ള കർമങ്ങൾ ആ അർഥത്തിൽ വിലയിരുത്തപ്പെടേണ്ടതുണ്ട്. ഇരു തന്നെ വിവർത്തനം ചെയ്ത ഈശാവാസ്യോപനിഷത്തിൽ പറയുന്നതുപോലെ.

"അല്ലെങ്കിലന്ത്യം വരെയും
കർമം ചെയ്തിങ്ങസംഗനായ്
ഇരിക്കകയില്ലാതില്ല-
ല്ലൊന്നും നരന ചെയ്തിടാൻ"

ഇരു അസാധാരണനായിരുന്നത് ഈ സവിശേഷതയിലാണ്. നാം പ്രവൃത്തി ചെയ്യുമ്പോൾ നമുക്ക് അസംഗരായിരിക്കാൻ കഴിയില്ല. അഹന്തയും മമതയും കൊണ്ട് നമ്മളിൽ കെട്ടപ്പെട്ടം എന്നാൽ വിഗ്രഹ ഭഞ്ജനത്തിന്റെ വൻ വെടിപൊട്ടിച്ചപ്പോഴും ഇരു അക്ഷോ ഭ്യനായിരുന്നു. അദ്ദേഹത്തിന് ആരോട്ടം കലഹമുണ്ടായിരുന്നില്ല. അഷ്തകരം തന്നെയാണ് അദ്ദേഹത്തിന്റെ മാനസിക നില. എതിർ ക്കാൻ വന്നവരെല്ലാം അദ്ദേഹത്തിന്റെ യുക്തിയുക്തമായ മറുപടികൾ കേട്ട് ശാന്തരായി മടങ്ങുകയാണ് ചെയ്തത്.

കേരളീയ നവോത്ഥാനത്തിന്റെ നട്ടനായകത്വം

ശ്രീനാരായണഗുരുവിന തന്നെയായിരുന്നു. അദ്ദേഹത്തിന്റെ ചിന്തകളും പരിശ്രമങ്ങളുമൊക്കെ കേരളീയ സമൂഹത്തിൽ പുതിയൊരു ആത്മവിശ്വാസവും നവോന്മേഷവുമുണ്ടാക്കി. എസ്. എൻ.ഡി.പിയുടെ മാതൃകയിൽ നിരവധി സമുദായ സംഘടനകൾ വളർന്നുവരാൻ ഇടയായി. നായർ ഭൃത്യജന സംഘവും സാധുജന പരിപാലന സംഘവും, യോഗക്ഷേമ സഭയും അരയസമാജവും, പറയ സഭയും എല്ലാം ഉണ്ടായത് ശ്രീനാരായണ പ്രസ്ഥാനത്തിൽ നിന്നും ആവേശം ഉൾക്കൊണ്ടാണ്.

കേരളത്തിലെ നവോത്ഥാന പ്രസ്ഥാനങ്ങൾ ഒരർത്ഥത്തിൽ ജാതീയമായി സംഘടിക്കപ്പെട്ടപ്പോഴും അതിനു പുറത്തേയ്ക്ക് വരാനുള്ള ഒരു ത്വരയും അന്നുണ്ടായിരുന്നു. നായരീഴവ ലഹള, നായർ പുലയ ലഹള തുടങ്ങി ഒറ്റപ്പെട്ട ചില സംഭവങ്ങൾ ഉണ്ടായിട്ടുണ്ടെ ങ്കിലും പൊതുവിൽ നായരും നമ്പൂതിരിയും ഈഴവനും പുലയനും എല്ലാം ഒന്നു ചേർന്ന് പൊതു അവകാശങ്ങൾക്കു വേണ്ടി പോരാട്ടുന്ന കാഴ്ചയാണ് കാണുന്നത്. ജാതിയ്ക്ക് അപ്പുറത്ത് മനുഷ്യാവകാശം എന്ന ഒന്ന് രൂപപ്പെട്ടതു കൊണ്ട് വൈക്കം സത്യാഗ്രഹത്തിനും ഗുരുവായൂർ സത്യാഗ്രഹത്തിനുമെല്ലാം നേതൃത്വം നൽകിയത് സവർണ ജാതിക്കാർ കൂടിയാണ്. കേരളത്തിന്റെ പൊതുമണ്ഡല രൂപീകരണ ത്തിന് ഈ ജാതി വിശുദ്ധ പോരാട്ടങ്ങൾ സഹായകമായി.

അനാചാരങ്ങൾക്കും അന്ധവിശ്വാസങ്ങൾക്കുമെതിരെ ഉണ്ടായ മുന്നേറ്റത്തിൽ ഗുരുചിന്തയുടെ സ്ഥാനം തള്ളിക്കളയാൻ കഴിയാത്ത താണ്. താലികെട്ട് കല്യാണം, തിരണ്ടു കുളികല്യാണം, പുളികുടി തുടങ്ങി സമാനമായ ഒരു പാട് ദുരാചാരങ്ങൾ എല്ലാ ഹിന്ദുസമുദായ ത്തിലും ഉണ്ടായിരുന്നു. സമൂഹത്തിൽ ഏറ്റവും മുകൾത്തട്ടിൽ കഴിയുന്ന ബ്രാഹ്മണരുടെ കുടുംബവ്യവസ്ഥയിൽ നിലനിന്നിരുന്ന അനാചാര ങ്ങളും അസംബന്ധങ്ങളുമാണല്ലോ വി.ടി ഭട്ടതിരിപ്പാടിനെ പോലുള്ള വരെ സമരസജ്ജരാക്കിയത്. നമ്പൂതിരിയെ മനുഷ്യനാക്കുക എന്ന വി.ടിയുടെ മുദ്രാവാക്യം ശ്രദ്ധേയമാണ്. ഭ്രസൂരനെ മനുഷ്യനാക്കിയത് നവോത്ഥാനമാണ്. നായന്മാർക്കും ഈഴവന്മാർക്കും ഇടയിൽ നില നിന്നിരുന്ന താലികെട്ട് കല്യാണം പൂർണമായും അസംബന്ധവും ഒരുപാട് ദുർവ്യയം ഉള്ളതുമായിരുന്നു. പലയിടത്തും നാരായണഗുരു നേരിട്ട് ഇടപെട്ടാണ് ഈഴവർക്കിടയിൽ ഈ ആചാരം നിർത്തി യത്. തങ്ങൾക്കിടയിൽ ശ്രീനാരായണനെ പോലൊരു ആചാര്യൻ

ഉണ്ടാകാത്തതിന്റെ വിഷമം മന്നത്തു പത്മനാഭൻ പങ്കുവെക്കുന്നുണ്ട്. കേരളത്തിലെ നായന്മാർ ഇന്ന് മുന്നോക്ക വിഭാഗത്തിലാണ് ഉൾപ്പെ ടുന്നത്. എന്നാൽ നവോത്ഥാനകാലത്ത് അവർ ശൂദ്രന്മാർ ആയിട്ടാണ് അറിയപ്പെട്ടിരുന്നത്. നമ്പൂതിരിയെ തൊടാൻ പറ്റില്ല. അന്നത്തെ നായന്മാരുടെ അവസ്ഥ നോക്കുക. "നമ്പൂതിരിയോട് സംസാരിക്കുന്ന നായരുടെ മലയാള ഭാഷയിൽ ഞാൻ എന്ന പദമില്ല. അടിയൻ മാത്ര മെയുള്ളൂ. നമ്പൂതിരിയുടെ മുമ്പിലുള്ള നായർ താമസിക്കുന്നത് വീട്ടി ലല്ല കുപ്പപ്പാടിലാണ്. ആ നായർ യാതൊന്നും കുടിക്കുന്നില്ല. അവർ എല്ലാം മോന്തുകയാണ്. അവർ തിന്നുന്നത് അരിയല്ല, കല്ലരിയാണ്. അവർ ഉടുക്കുന്നത് ഇണിയല്ല, പഴന്തുണിയാണ്. അവർ ദേഹശുദ്ധി വരുത്തുന്നത് കുളിച്ചല്ല, നനഞ്ഞിട്ടാണ്. നായർക്ക് പൊതുവായ ഭക്ഷ ണമില്ല, കരിക്കാടിയേയുള്ളൂ. അവർ വിശ്രമിക്കുന്നത് കിടന്നിട്ടല്ല, നട്ട നീർത്തിയാണ്. അവർ അഥവാ ചിന്തിക്കുകയാണെങ്കിൽ മനസ്സ് കൊണ്ടല്ല, പഴ മനസ്സുകൊണ്ടാണ്. അതേ സമയത്ത് നമ്പൂതിരി മനയ്ക്കലെ കുളത്തിൽ നീരാടി അമൃതേത്തം കഴിഞ്ഞ് പള്ളിക്കുറുപ്പ് കൊള്ളുന്ന തിരുമനസ്സാണ്. ജാതിശ്രേണിയുടെ പടവുകൾ ഓരോന്ന താഴുന്തോറും തീണ്ടാപ്പാടകലങ്ങൾ മാത്രമല്ല പ്രയോഗക്ഷമമായ സാമാന്യ നാമങ്ങളും സർവനാമങ്ങളും അഭിസംബോധന പദങ്ങളും പദങ്ങൾ ഉച്ചരിക്കേണ്ട രീതിയും ഉച്ചാരണ ശബ്ദവും യഥാക്രമം വികലവും ബീഭത്സവും മൃഗശബ്ദവുമായി പടിപാടിയായി അധഃപതിച്ച കൊണ്ടിരുന്നു." (പി.കെ. ബാലകൃഷ്ണൻ: നാരായണഗുരു)

കേരളത്തിലെ നായർ പെണ്ണിന്റെ അഭിമാനം സൂരി നമ്പൂതിരി പ്പാടിനെ പുറത്താക്കുന്ന ഇന്ദുലേഖയിലൂടെയാണ് ആരംഭിക്കുന്നത്. വർഷങ്ങളായി കേട്ടുപഠിച്ച് *ബ്രാഹ്മണോ മമ ദൈവതം* എന്ന മൂഢവി ശ്വാസത്തെ തകർത്ത് ഒരു നായർ യുവതി ഒരു നായർ യുവാവിനെ പ്രണയിച്ച് വിവാഹം കഴിക്കാൻ ഉറപ്പിച്ചിരുന്നു. സംബന്ധമെന്നം, പുടകൊട എന്നും അറിയപ്പെട്ട അസംബന്ധങ്ങളിൽ നിന്നും ആധുനി കമായ കേരളത്തിലേക്കുള്ള പരിവർത്തനമായിരുന്നു അത്. മന്നത്തു പത്മനാഭന്റെ 'എന്റെ ജീവിത സ്മരണകളിൽ' അന്നത്തെ നായർ ജീവിതത്തിന്റെ ദുഷിച്ച വശങ്ങളും ദൈന്യങ്ങളും അനാവൃതമാക്ക ന്നുണ്ട്.

ശ്രീനാരായണ ധർമപരിപാലനയോഗം 1903-ൽ ഗുരുവിന്റെ അനു ഗ്രഹാശിസ്സുകളോടെ ഡോ. പൽപ്പു, കുമാരനാശാൻ എന്നിവരുടെ

നേതൃത്വത്തിൽ രൂപീകൃതമായി. അരുവിപ്പുറത്ത് 1893 ഒരു വാവൂട്ടി യോഗം രൂപീകരിച്ചിരുന്നു. 1898-ൽ അതൊരു ക്ഷേത്ര യോഗമായി. 1903-ൽ അത് എസ്.എൻ.ഡി.പി എന്ന പേരിൽ ഒരു സംഘടന യുമായി രജിസ്റ്റർ ചെയ്തു. ഈ സംഘടന ഗുരു സ്ഥാപിച്ചതാണോ ഗുരുവിനെ മുൻനിർത്തി പൽപ്പുവിനെ പോല്യുള്ള സമുദായനേതാക്കൾ സ്ഥാപിച്ചതാണോ എന്ന തർക്കം നിലനിൽക്കുന്നുണ്ട്. തുടക്കം മുതൽ തന്നെ യോഗവും ഗുരുവും തമ്മിൽ അഭിപ്രായ വ്യത്യാസമുള്ളതായി നടരാജഗുരു സൂചിപ്പിക്കുന്നുണ്ട്. ഡോ.പൽപ്പുവിന്റെ മകനായ നടരാജ ഗുരുവിന് അച്ഛനോട് പൊറുക്കാൻ കഴിയാതിരുന്നത് സർവ്വസംഗപ രിത്യാഗിയായ ഗുരുവിനെ സാമുദായിക വിഷയങ്ങളുടെ നടുക്കടലിൽ തള്ളിയിട്ടതിനാണ്. ഏതായാല്യം ഗുരുവിനെ എസ്.എൻ.ഡി.പിയുടെ സ്ഥിരാധ്യക്ഷനായിട്ടാണ് വെച്ചിരുന്നത്. എന്നാൽ യോഗവും ഗുരുവും തമ്മിൽ അഭിപ്രായ വ്യത്യാസങ്ങൾ ഉണ്ടായിരുന്നു.

നാരായണഗുരു ജാതിയ്ക് പുറത്തേയ്ക് വരുമ്പോൾ യോഗം ജാതി യ്ക്കത്തേക്ക് വളരുകയായിരുന്നു. അങ്ങനെയാണ് 1916-ൽ ഗുരു ഡോക്ടർ പൽപ്പുവിന് കത്ത് അയക്കുന്നത്.

'എന്റെ ഡോക്ടർ അവർകൾക്ക്,

യോഗത്തിന്റെ നിശ്ചയങ്ങൾ എല്ലാം നാം അറിയാതെ പാസാക്ക ന്നതു കൊണ്ടും യോഗത്തിന്റെ ആനുകൂല്യം ഒന്നും നമ്മെ സംബന്ധി ച്ച കാര്യത്തിൽ ഇല്ലാത്തതുകൊണ്ടും യോഗത്തിനു ജാത്യാഭിമാനം വർദ്ധിച്ച വരുന്നതു കൊണ്ടും മുമ്പുതന്നെ മനസിൽ നിന്നും വിട്ടിരു ന്നതുപോലെ ഇപ്പോൾ വാക്കിൽ നിന്നും പ്രവൃത്തിയിൽ നിന്നും യോഗത്തെ വിട്ടിരിക്കുന്നു.

നാരായണഗുരു (ഒപ്പ്)

ഇതേവർഷം തന്നെയാണ് ഗുരു തനിക്ക് ജാതിയോ മതമോ ഇല്ല എന്ന വിളംബരവും നടത്തുന്നത്.

ആലുവ, 1916 മെയ് 28

'നാം ജാതിമതങ്ങൾ വിട്ടിട്ട് ഇപ്പോൾ ഏതാനും സംവത്സര ങ്ങൾ കഴിഞ്ഞിരിക്കുന്നു. എന്നിട്ടും ചില പ്രത്യേക വർഗക്കാർ നമ്മെ അവരുടെ വർഗത്തിൽ പെട്ടതായി വിചാരിച്ച പ്രവർത്തിച്ച വരുന്നതായും അതു ഹേതുവാൽ പലർക്കും നമ്മുടെ വാസ്തവത്തിനു വിരുദ്ധമായ ധാരണയ്ക് ഇടവന്നിട്ടുണ്ടെന്നും നാം അറിയുന്നു.

നാം ഒരു പ്രത്യേക ജാതിയിലോ മതത്തിലോ ഉൾപ്പെടുന്നില്ല. വിശേഷിച്ചു നമ്മുടെ ശിഷ്യവർഗത്തിൽ നിന്നും മേൽപ്രകാരമുള്ള വരെ മാത്രമെ നമ്മുടെ പിൻഗാമിയായി വരത്തക്കവണ്ണം ആലുവാ അദ്വൈതാശ്രമത്തിൽ ശിഷ്യസംഘത്തിൽ ചേർത്തിട്ടുള്ള എന്നും മേല്യം ചേർക്കയുള്ള എന്നും വ്യവസ്ഥപ്പെടുത്തിയിരിക്കുന്നതുമാകുന്നു.

ഈ വസ്തുത പൊതുജനങ്ങളുടെ അറിവിലേയ്ക്കായി പരസ്യം ചെയ്തി രിക്കുന്നു.'

എന്ന്

നാരായണഗുരു (ഒപ്പ്)

1888-ൽ അരുവിപ്പുറത്തു നിന്നും ആരംഭിക്കുന്ന ജാത്യാതീതവും മതാതീതവുമായ മനുഷ്യസങ്കല്പം 1916- ആകുമ്പോഴേയ്ക്കും കൂടുതൽ വികസിതമായി. എന്നാൽ അപ്പോഴേയ്ക്കും ഗുരുവിനെ ജാതിയുടെ തടവിലിടാൻ അദ്ദേഹത്തിന്റെ ചുറ്റംകൂടിയിരുന്ന ഈഴവ പ്രമാണി മാർക്ക് താൽപര്യമുണ്ടായിരുന്നു. അതിൽ നിന്നും കുതറിമാറാൻ ഗുരുവും തടഞ്ഞു വെക്കാൻ എസ്.എൻ.ഡി.പി.യും നടത്തുന്ന പരിശ്രമങ്ങൾ ആർക്കും ദൃശ്യമാണ്. ജാതിയിൽ നിന്ന് ഗുരു മുക്ത നാകുന്നയും എസ്.എൻ.ഡി.പിയിൽ നിന്ന് അകല്യന്നയും ഒരേ വർഷമാണ്. ഗുരുവിനെ തങ്ങളുടെ സമുദായത്തിന്റെ മാത്രം ഗുരുവും ആചാര്യനുമാക്കാൻ അവർ ആഗ്രഹിച്ചിരുന്നു. ഇത്തരത്തിലുള്ള സംവരണം തന്നെയാണ് ഗുരുവിനെ ഹിന്ദു സന്യാസിയാക്കുമ്പോ ഴും ഉണ്ടാക്കുന്നത്. ഗുരുവിന്റെ ചിന്താജീവിതത്തിന്റെ അനുസ്മൃതി പാടേ നിഷേധിച്ചു കൊണ്ടുമാത്രമെ ഒരാൾക്ക് ഗുരുവിനെ ഈഴവ സന്യാസിയായും ഹിന്ദു സന്യാസിയായും വിലയിരുത്താൻ കഴിയൂ.

നാരായണഗുരുവിന്റെ ചിന്തകൾ സൂക്ഷ്മമായി ഉൾക്കൊള്ളുന്നതി ല്യം വികസിപ്പിക്കുന്നതിലും കേരളത്തിലെ കമ്മ്യൂണിസ്റ്റ് പ്രസ്ഥാ നങ്ങൾക്കും വീഴ്ചപറ്റി. ജാതിയെ ഒരു മേൽപ്പുരയായി കാണുകയും അടിത്തറ തകർന്നാൽ മേൽപ്പുരയും തകരും എന്ന ക്ലാസിക്കൽ മാർക്സിസ്റ്റ് വീക്ഷണമാണ് കമ്മ്യൂണിസ്റ്റ് പാർട്ടികൾ പുലർത്തിയത്. കേരളത്തിലെ സാമൂഹ്യ നവോത്ഥാനത്തിന്റെ നായകസ്ഥാനം ശ്രീനാരായണഗുരുവിനാണെന്നും അദ്ദേഹം നയിച്ച നവോത്ഥാനം ബൂർഷ്വാ നവോത്ഥാനമായിരുന്നു എന്നുമുള്ള ഇ.എം.എസിന്റെ വിലയിരുത്തൽ ശരി തന്നെയായിരുന്നു. എന്നാൽ ബൂർഷ്വാ

ആശയങ്ങൾക്ക് ആശയങ്ങൾ എന്ന രീതിയിൽ ഒരു സ്വതന്ത്ര ശക്തിയുണ്ടെന്ന് തിരിച്ചറിയുന്നതിൽ അദ്ദേഹം പരാജയപ്പെട്ടു. അതുകൊണ്ട് ഫ്യൂഡലിസം തകർന്നാൽ ജാതിയും തകരും എന്ന് വിലയിരുത്തി. എന്നാൽ മുതലാളിത്ത സാമൂഹിക ഘടന നിലവിൽ വന്നിട്ടും ജാതി ജാതിയായി തന്നെ നിലനിൽക്കുന്നു. ഒരേ തൊഴിലിടത്തിലെ ഒരേ ജോലിയും ശമ്പളവുമുള്ള നമ്പൂതിരിയും നായരും ഈഴവനും പുലയനുമെല്ലാം അതേ ജാതിയായി തന്നെ നിലനിന്നു. മുതലാളിത്തം ജാതിയെ ഇല്ലാതാക്കിയില്ല.

മാത്രമല്ല ജാതീയമായും മതപരമായും വലിയ പിൻമടക്കങ്ങളുടെ ആവേശത്തിലേയ്ക്ക് സമൂഹം തിരിയുന്ന കാഴ്ചയും നാം കാണുന്നു. ലോകത്തിന്റെ എല്ലാ ഭാഗങ്ങളിലും തീവ്ര വലതു പക്ഷങ്ങൾ ആയുധങ്ങളും പടക്കോപ്പുകളും അണിഞ്ഞു കൊണ്ട് പ്രത്യക്ഷപ്പെടുന്നു. കേരളത്തിലെ ശ്രീനാരായണീയ പ്രസ്ഥാനം ഹൈന്ദവ ഫാസിസത്തിന്റെ പടയണിയിൽ അംഗമായി ചേർന്നു കഴിഞ്ഞു. സാംസ്ക്കാരിക രംഗത്ത് നാരായണഗുരുവിനെ പോലുള്ളവർ മുന്നോട്ട വെച്ചിരുന്ന മാനവികാശയങ്ങൾക്ക് പ്രസക്തി വർദ്ധിക്കുകയാണ്. ശ്രീനാരായണ പ്രസ്ഥാനം ഗുരുവിനെ ഒരു ഈഴവ ഗുരുവായി സംവരണം ചെയ്യപ്പോൾ സംഘപരിവാർ ശക്തികൾ അദ്ദേഹത്തെ ഹിന്ദുസന്യാസിയായി വ്യാഖ്യാനിക്കുന്നു. ഇതിൽ രണ്ടിലും സത്യമുണ്ട്. ഗുരു ഈഴവനായിരുന്നു. അദ്ദേഹം ഹിന്ദുവുമായിരുന്നു. എന്നാൽ ഗുരു അതിനുമപ്പുറം മനുഷ്യൻ കൂടിയായിരുന്നു. ഗുരു അഭിസംബോധന ചെയ്യാൻ ശ്രമിച്ച മനുഷ്യൻ എന്ന സംവർഗത്തെ കാണാതിരിക്കുകയാണ് ചിലരുടെ ലക്ഷ്യം.

മാനവസമൂഹം ഇന്ന് അഭിമുഖീകരിക്കുന്ന ഏറ്റവും വലിയ പ്രശ്നം മതസംഘർഷങ്ങളാണ്. മതസംഘർഷങ്ങളുടെ കാരണം ആഴത്തിൽ ചിന്തിച്ച വ്യക്തിയാണ് ഗുരു. ലോകസമാധാനത്തിന് നാം നാരായണഗുരുവിനെ വീണ്ടും വായിക്കേണ്ടിയിരിക്കുന്നു. 1924-ൽ ആലുവാ അദ്വൈതാശ്രമത്തിൽ ഗുരു ഒരു ലോകമതസമ്മേളനം വിളിച്ചു ചേർത്തു. വാദിക്കാനും ജയിക്കാനുമല്ല. അറിയാനും അറിയിക്കാനും വേണ്ടിയാണ് എന്ന് സമ്മേളനത്തിന്റെ ലക്ഷ്യം വ്യക്തമായി എഴുതി വെച്ചിരുന്നു.

എല്ലാ മതങ്ങളും നദികളെ പോലെയാണ്. നദികൾക്കെല്ലാം പേരുണ്ട്. അവ ചെന്നണയുന്നത് സമുദ്രത്തിലാണ്. സമുദ്രത്തിലെത്തിയാൽ നദിയില്ല, ജലം മാത്രമേയുള്ളൂ. അതുപോലെ മതങ്ങളും

ഈശ്വരൻ എന്ന സാഗരത്തിലേക്കെത്താനാണ് ശ്രമിക്കുന്നത് ഈശ്വരനിലെത്തിയാൽ പിന്നെ മതമില്ല. അതുകൊണ്ട് മതങ്ങൾ തമ്മിൽ ആചാരാനുഷ്ഠാനങ്ങളുടെ ബാഹ്യക്രമങ്ങളിൽ വ്യത്യാസ ങ്ങൾ ഉണ്ടാകാമെങ്കിലും അവയെല്ലാം അവനെ ആധ്യാത്മികമായി ഉന്നമിപ്പിക്കാനാണ് ശ്രമിക്കുന്നത്. ഇവിടെ നാരായണഗുരു മതങ്ങൾ ക്കിടയിൽ ഏകത്വം കണ്ടെത്തുന്നു. എല്ലാ മതങ്ങളും സാരാംശത്തിൽ ഒന്നാണെന്ന് തിരിച്ചറിഞ്ഞ ആ മഹാഗുരുവിന്റെ ചിന്താചക്രവാള ത്തിൽ ഒന്നു മുത്താൻ കഴിഞ്ഞാൽ ഇന്നത്തെ മത സംഘർഷങ്ങ ളെല്ലാം അയയും.

ജാതി, മതം തുടങ്ങിയ വേലികൾക്കപ്പുറത്ത് മനുഷ്യൻ ഒരു സമുദായമായി വളർന്ന വരേണ്ടതിനെക്കുറിച്ചുള്ള ഏറ്റവും വികസി തമായ ആശയങ്ങൾ പങ്കുവെച്ച സന്യാസിയാണ് ശ്രീനാരായണഗുരു. അവനിവനെന്നറിയുന്നതൊക്കെയോർത്താലവനിയിലാദിമായു ള്ളൊരാത്മരൂപമായതു കൊണ്ട് നിന്റെ പ്രവൃത്തികൾ അപരനുകൂടി സുഖമായി വരേണമെന്ന് അദ്ദേഹം ഓർമ്മിപ്പിച്ചു. നാരായണഗുരുവി ന്റെ ചിന്തകൾ ആധുനിക സമൂഹത്തിന്റെ നിർമ്മിതിയിൽ എങ്ങനെ സഹായിച്ചു എന്നും ഭാവിപ്രയാണത്തിൽ അതിന്റെ സാധ്യതകൾ അന്വേഷിക്കുകയുമാണ് ഈ ഗ്രന്ഥത്തിന്റെ ലക്ഷ്യം.

●

ജനനവും വിദ്യാഭ്യാസവും

1856 ആഗസ്റ്റ് 22 നാണ് (കൊ.വ 1032 ചിങ്ങമാസത്തിലെ ചതയം നാളിൽ) തിരുവനന്തപുരത്തിനടുത്തുള്ള ചെമ്പഴന്തി ഗ്രാമത്തിൽ ശ്രീനാരായണഗുരു ജനിച്ചത്. ഗുരുവിന് ഒരു വയസ്സുള്ളപ്പോളാണ് ഇന്ത്യയുടെ ഒന്നാം സ്വാതന്ത്ര്യസമരം പൊട്ടിപ്പുറപ്പെട്ടുന്നത്. ദേശീയബോധവും കോളനി വിരുദ്ധസമരങ്ങളുമെല്ലാം ബീജാവസ്ഥയിൽ രൂപപ്പെട്ടുവരുന്ന കാലത്താണ് ഗുരുവിന്റെ ശൈശവം. കൊച്ചുവിളയിൽ മാടനാശാന്റെയും കുട്ടിയമ്മയുടെയും മകനായിട്ടാണ് ജനനം. നാരായണൻ എന്നായിരുന്നു അച്ഛനമ്മമാർ നൽകിയ പേര്. സ്നേഹപൂർവ്വം അവർ അവനെ നാണു എന്നു വിളിച്ചു. അന്നത്തെ നിലയിൽ ഭേദപ്പെട്ട ഒരു ഈഴവ കുടുംബത്തിലാണ് ഗുരുവിന്റെ ജനനം. അച്ഛൻ മാടൻ അധ്യാപക വൃത്തിയിലേർപ്പെട്ടിരുന്നതുകൊണ്ട് മാടനാശാൻ എന്നറിയപ്പെട്ടു. അമ്മാവൻ കൃഷ്ണൻ വൈദ്യൻ ചികിത്സാരംഗത്ത് അറിയപ്പെടുന്ന ആളായിരുന്നു. നാണുവിന് മൂന്നു സഹോദരിമാർ ഉണ്ടായിരുന്നു. തേവിയമ്മ, കൊച്ചു, മാത എന്നിങ്ങനെയായിരുന്നു അവരുടെ പേരുകൾ.

അസാധാരണമൊന്നുമായിരുന്നില്ല നാണുവിന്റെ ബാല്യകാലം. കുട്ടിക്കാലത്തു തന്നെ അല്പം കുസൃതിയായിരുന്നു. അക്കാലത്ത് തന്നെ ചില സവിശേഷതകൾ സൂക്ഷ്മമായി നിരീക്ഷിക്കുന്നവർക്ക കാണാവുന്നതാണ്. അതിലൊന്ന് ജാതീയ വിശ്വാസങ്ങളോട് അദ്ദേഹം കാണിച്ച കലമ്പൽ ആയിരുന്നു. വീട്ടുകാർക്കൊക്കെ വലിയ തീണ്ടലാണല്ലോ. കുട്ടി പുറത്തുള്ള തീണ്ടൽ ജാതിക്കാരെ തൊട്ട് ഇവരെ വന്നു തൊട്ടും. വിശ്വാസികളായ അവർ കുളിക്കേണ്ടിവരും. അതുപോലെ നിവേദിക്കാൻ വെച്ച ആഹാരസാധനങ്ങൾ എടുത്തു

ഭക്ഷിക്കുക അവന്റെ രീതിയായിരുന്നു. ഞാൻ സന്തോഷിച്ചാൽ ദൈവവും സന്തോഷിക്കും എന്നായിരുന്നു അവൻ പറഞ്ഞിരുന്നതും. ബാല്യത്തിൽ തന്നെ ഏകാന്തധ്യാനത്തോട്ടുള്ള ആഭിമുഖ്യം അദ്ദേഹ ത്തിൽ ദൃശ്യമായിരുന്നു. ആൾത്തിരക്കിനെ എപ്പോഴും ഒഴിവാക്കാനും പ്രകൃതിയിൽ ധ്യാനലീനനാകുവാനും ആഗ്രഹിച്ചു.

കണ്ണങ്കര ഭവനത്തിലെ നാരാണപ്പിള്ളയാണ് നാണുവിനെ എഴു ത്തിനിരുത്തിയത്. അദ്ദേഹം നാണുവിനെ മലയാളം, സംസ്കൃതം ഭാഷകൾ പഠിപ്പിച്ചു. ബാലപ്രബോധനം, സിദ്ധരൂപം, ശ്രീരാമോദ ന്തം, അമരകോശം അദ്ദേഹത്തിൽനിന്നും പഠിച്ചു. അച്ഛനമ്മാവന്മാ രിൽ നിന്ന് വൈദ്യവും ജോതിഷവും പഠിച്ചു. പതിനാറു വയസ്സുവരെ നാട്ടിൽ തന്നെയായിരുന്നു വിദ്യാഭ്യാസം. തുടർന്ന് പഠിക്കണമെന്ന് ആഗ്രഹമുണ്ടായിരുന്നെങ്കിലും നാട്ടിൽ അതിന് സൗകര്യമുണ്ടായി രുന്നില്ല.

കുറേനാൾ ജിജ്ഞാസുവായി നാട്ടില്ലടനീളം സഞ്ചരിച്ചു. വീട്ടുജോ ലികളിലെല്ലാം സഹായിച്ചു. തോട്ടപ്പണിയും കാലി മേയ്ക്കലും എല്ലാം നാണുവിന് ഇഷ്ടമായിരുന്നു. കാലികളെ മേയാൻ വിട്ട് ഏതെങ്കിലും മരത്തണലിലിരുന്ന് വായിക്കുകയോ, ശ്ലോകങ്ങൾ ഉരുവിട്ട പഠിക്ക കയോ ചെയ്യും. കാളപൂട്ടും അദ്ദേഹത്തിന് ഇഷ്ടമായിരുന്നു. എന്നാൽ ഒരിക്കല്ലും കാളകളെ അടിച്ച് തെളിച്ചിരുന്നില്ല. നടക്കുന്നതില്ലൂടെ തെളിക്കും. കൂട്ടുകാർ ഇതു പറഞ്ഞ് നാണുവിനെ കളിയാക്കാറുണ്ടാ യിരുന്നു.

പതിനെട്ടു വയസ്സായതോടെ നാണുവിന്റെ ജീവിതത്തിൽ വലിയ മാറ്റങ്ങൾ ഉണ്ടായി. ലൗകികകാര്യങ്ങളിൽ താൽപര്യം കുറയുകയും ആത്മീയ കാര്യങ്ങളിൽ താൽപര്യം കൂട്ടുകയും ചെയ്തു. ആത്മീയമായ അസ്വസ്ഥതകൾ നാണുവിനെ സഞ്ചാരിയാക്കി. വീട്ടിൽ പലപ്പോഴും എത്താതായി. ഭക്തന്മാർക്ക വേണ്ടി അവരുടെ വീട്ടുകളിൽ ചെന്ന് രാമായണം വായിച്ച് കൊട്ടുക്കാറുണ്ടായിരുന്നു. ഈ കാലത്താണ് നാണു തമിഴ് സാഹിത്യവുമായി പരിചയിച്ചത്. തിരുവനന്തപുരത്ത് ചാലയില്ലുള്ള ഒരു പുസ്തകടയിൽ സഹായത്തിനിരിക്കും.അതിനിട യിലാണ് തമിഴിലെ പ്രസിദ്ധമായ ചിലപ്പതികാരം, മണിമേഖല, നന്നൂൽ, തൊൽക്കാപ്പിയം, കുണ്ഡല കേശി, തേമ്പാവണി, തിരു ക്കുറൽ, ഒട്ടവിലൊഴുക്കം, തിരുവാചകം, തേവാരം എന്നിവയെല്ലാം വായിക്കുക മാത്രമല്ല, മിക്കവാറും മനഃപാഠമാക്കി. തമിഴില്ലുള്ള

ഗുരുവിന്റെ പരിചയം ഉപരിപ്ലവമായിരുന്നില്ല. തിരുക്കുറലും ഒഴിവി
ലൊട്ടുക്കവും വിവർത്തനം ചെയ്യാനും തമിഴിൽ തേവാരപ്രതികങ്ങൾ
രചിക്കാനും കഴിയുംവിധം ആഴത്തിലുള്ളതായിരുന്നു തമിഴുമായുള്ള
ബന്ധം.

നാണുവിന്റെ 21-ാം വയസ്സിലാണ് ഉപരിവിദ്യാഭ്യാസം ആരം
ഭിക്കുന്നത്. കുമ്മമ്പള്ളി രാമൻപിള്ള ആശാന്റെ കീഴിലായിരുന്നു
ശിക്ഷണം. അദ്ദേഹത്തിന്റെ പള്ളിക്കൂടം അക്കാലത്ത് പ്രശസ്തമാ
യിരുന്നു. അവർണ വിദ്യാർത്ഥികളെയും അദ്ദേഹം പഠിപ്പിക്കാൻ
എട്ടുത്തിരുന്നു. എന്നാൽ അവരെ വ്യാകരണമോ, വേദാന്തമോ ഒന്നും
പഠിപ്പിക്കില്ല എന്നും അദ്ദേഹത്തിന് വ്യവസ്ഥയുണ്ടായിരുന്നു.
പഠനത്തിൽ മിടുക്കനായതുകൊണ്ട് ഗുരു നാണുവിനെ ചട്ടമ്പിയായി
നിയമിച്ചു. സവർണ അധ്യാപകർ അയിത്ത ജാതിക്കാരെ വടി
കൊണ്ട് അടിക്കുമായിരുന്നില്ല. എറിഞ്ഞടിയായിരുന്നു. വടിയില്ലൂടെ
അയിത്തം ശരീരത്തിൽ കയറാതിരിക്കാനാണ് എറിഞ്ഞു കൊള്ളി
ക്കുന്നത്. അത്തരമൊരുകാലത്തിൽ നാണുവിനെ ചട്ടമ്പിയാക്കിയത്
അയാളുടെ കഴിവില്ലൂള്ള ഗുരുവിന്റെ വിശ്വാസം കൊണ്ടായിരുന്നു.
അക്കാലത്ത് ചട്ടമ്പി ക്ലാസ് ലീഡർ മാത്രമായിരുന്നില്ല. അധ്യാപക
നില്ലാത്തപ്പോൾ മറ്റുള്ളവരെ പഠിപ്പിക്കാൻ കൂടി അയാൾക്ക് ബാധ്യത
ഉണ്ടായിരുന്നു. നാണുവിന്റെ കുശാഗ്രബുദ്ധിയും നേതൃത്വഗുണവും
ഗുരുവിന് ബോധിച്ചു.

എന്നാൽ അവിട്ടത്തെ പഠനം ഗുരുവിന് അത്ര തൃപ്തികരമായി
തോന്നിയില്ല. ഒന്ന് പാഠങ്ങൾ നീങ്ങുന്നില്ല. നാണു ഗുരുവിനോട്
പരാതി പറഞ്ഞു. മറ്റുള്ളവർക്ക് പറഞ്ഞു കൊടുക്കുന്നതു കൂടി പഠി
ച്ചോളാൻ ഗുരു സമ്മതിച്ചു. അന്നത്തെ ക്ലാസ് മുറിയിൽ ജാതീയമായ
വിവേചനങ്ങൾ ഉണ്ടായിരുന്നു. ക്ലാസിൽ മുന്നിൽ സ്ഥാനം സവർണർ
ക്കായിരുന്നു. അവർണർക്ക് പിറകിലും. സവർണർ മരപ്പലകയും തട്ട
ക്കുപായും ഉപയോഗിക്കുമ്പോൾ അവർണർ ഇലയിലോ ഓലയിലോ
വേണമായിരുന്നു ഇരിക്കാൻ. ഒരു ദിവസം നാണു സ്ഥാനം മാറിയിരു
ന്നു. സഹപാഠികൾ പ്രതിഷേധിച്ചു. നാണുപറഞ്ഞു. 'ഞാൻ എവിടെ
വേണമെങ്കിലും ഇരിക്കാം. പക്ഷേ ഏതു ഭാഗത്തു നിന്നു ശ്വാസം
എടുക്കണമെന്നു നിങ്ങൾ പറഞ്ഞു തരണം. ജഗദീശ്വരൻ എല്ലാവർ
ക്കും ജാതിഭേദം നോക്കാതെ ഒരേ പ്രാണവായു നൽകുമ്പോൾ ഈ
ജാതിഭേദം അപ്രസക്തം എന്നാണ് നാണു പറഞ്ഞത്.

പഠനത്തിന്റെ അവസാനമായപ്പോൾ നാണുവിന് വയറുകടി പിടിപെട്ടു. രോഗം മൂർച്ഛിച്ചു. ബോധരഹിതനായി വീട്ടിൽ നിന്നും ആളുകൾ വന്നു ചുട്ടിക്കൊണ്ടു പോകുകയായിരുന്നു. രണ്ടുവർഷം ഗുരു കുമ്പള്ളിയിൽ പഠിച്ചു എന്നാണ് കണക്കാക്കുന്നത്. കാവ്യനാട കാദികളിൽ നല്ല വ്യുല്പത്തി നേടാൻ പഠനം സഹായിച്ചു. എന്നാൽ വേദാന്തം ഗുരു ശിഷ്യനെ പഠിപ്പിച്ചില്ല എന്ന് തന്നെയാണ് ചരിത്ര കാരന്മാർ പറയുന്നത്. ഗുരുവിന് ശിഷ്യനോട് വലിയ സ്നേഹമൊക്കെ യായിരുന്നു. എന്നാൽ അതിലും വല്യതാണല്ലോ ജാതി! ഏതായാലും വേദാന്തത്തിൽ നാണു അഗാധമായ പാണ്ഡിത്യം സമ്പാദിച്ചിരുന്നു.

ഗുരുകുല പഠനം കഴിഞ്ഞ് തിരിച്ചെത്തിയ നാണു 'നാണുഭക്തൻ' എന്ന പേരിനെ അന്വർത്ഥമാക്കുന്ന വിധം തന്റെ ജീവിതചര്യകൾ തുടർന്നു. കുളി, ജപം, ധ്യാനം, ക്ഷേത്രദർശനം ഇവ കഴിഞ്ഞാൽ വീട്ടിൽ പോകാതെ പരിസരങ്ങളിൽ ചുറ്റിനടക്കും. ആരോട്ടും വലിയ അടുപ്പമുണ്ടായിരുന്നില്ല. നാണുവിന്റെ സ്വഭാവം വീട്ടുകാരെ അസ്വ സ്ഥരാക്കി. നാണുവിനായി ഒരു തൊഴിൽ കണ്ടെത്താനും വിവാഹം ഴിപ്പിക്കാനുമായിരുന്നു അവരുടെ തീരുമാനം. മറ്റെല്ലാ രക്ഷിതാക്ക ളെയും പോലെ വിവാഹം എല്ലാത്തിനും ഒരു പരിഹാരമാകും എന്ന് അവരും കരുതി.

ആദ്യം അവർ ചെയ്തത് വീടിന്റെ കീഴശത്തുള്ള വീട്ടുപറമ്പിൽ ഒരു പള്ളിക്കൂടം കെട്ടി ഉയർത്തി. അങ്ങനെ നാണു ഭക്തൻ നാണു ആശാനായി. ചെമ്പഴന്തിയിലെ ഈ പള്ളിക്കൂടത്തിന്റെ പ്രശസ്തി പരി സരപ്രദേശങ്ങളിലേക്കും വ്യാപിച്ചിരുന്നു. അവിടങ്ങളിലും പള്ളിക്കൂടം സ്ഥാപിക്കാൻ അവർ ഗുരുവിനെ ക്ഷണിച്ചു. അഞ്ചുതെങ്ങിലും കടയ്ക്കാ വൂരും പള്ളിക്കൂടങ്ങൾ സ്ഥാപിച്ചു. അധ്യാപകൻ എന്ന നിലയിൽ നാണുവിന് നേരത്തെ തന്നെ പരിചയമുണ്ടല്ലോ. അധ്യാപകനായി അദ്ദേഹം നന്നായി ശോഭിച്ചു. എന്നാൽ വീട്ടുകാരുടെ തലവേദന തീർ ന്നില്ല. അയിത്തത്തിന്റെ പേരിൽ സ്കൂളിൽ വരാൻ കഴിയാത്ത പുല യക്കുട്ടികളെയും പറയക്കുട്ടികളെയും അദ്ദേഹം വീടുകളിൽ പോയി പഠിപ്പിക്കുന്നതായിരുന്നു ഇപ്പോൾ പ്രശ്നം. അദ്ദേഹം അവർക്ക് വിദ്യ യുടെയും ശുചിത്വത്തിന്റെയും പാഠങ്ങൾ പകർന്നു കൊടുത്തു. ഇത് ബോധപൂർവ്വമായ ജാത്യാചാരലംഘനമായിരുന്നു. മനഃപൂർവ്വമല്ലാത്ത ആചാരലംഘനങ്ങൾ പോലും വിഷയമാക്കുന്ന കാലം. ഏതായാലും നാല്വർഷം അദ്ദേഹം അധ്യാപനവൃത്തിയിൽ തുടർന്നു.

●

ഇരുളടഞ്ഞ ചില ഏടുകൾ

നാരായണഗുരു വിവാഹം ചെയ്തിരുന്നു. എന്നാൽ ഗുരു ദാമ്പത്യജീവിതം നയിച്ചിരുന്നു എന്ന് ഉറപ്പിച്ചു പറയാൻ കഴിയാത്ത അവസ്ഥയാണ്. പല ഗ്രന്ഥങ്ങളിൽ പല ഉത്തരങ്ങൾ കാണുന്നത് വായനക്കാരനെ കൂടുതൽ സംശയാലുവാക്കും. ഗുരുവിന്റെ വിവാഹ കാലം മുതൽ 10 വർഷം ഗുരുവിന്റെ ജീവിതം അവ്യക്തത യുടെ മൂടുപടത്തിനുള്ളിലാണ്. ആത്മീയ കാര്യങ്ങളിൽ അമിതമായി മുഴുകുന്ന മകനെ ലൗകികത്തിലേയ്ക്ക് തിരിച്ചുകൊണ്ടുവരിക എന്ന ലക്ഷ്യമായിരുന്ന മാതാപിതാക്കൾക്ക് മകന്റെ വിവാഹത്തിലൂടെ സാധിക്കാനുണ്ടായിരുന്നത്. ഇന്നത്തെ കാലത്തെ പോലെയല്ല. വിവാഹത്തിന പോലും വരൻ വേണ്ടിയിരുന്നില്ല. വീട്ടുകാർ തന്നെ എല്ലാം ചെയ്യും. വധുവിനെ അവർ കണ്ടെത്തി. അഞ്ചുതെങ്ങിലുള്ള കാളിയമ്മയായിരുന്ന വധു. അവൾ ഗുരുവിന്റെ ബന്ധുക്കുടിയായിര ന്നു. പെണ്ണു പോയികണ്ടതും പുടവ കൊടുത്തതും സഹോദരിയാണ്. വിവാഹത്തെക്കുറിച്ച് പറഞ്ഞപ്പോൾ നാണു അനുകൂലമായോ പ്രതി കൂലമായോ ഒന്നും പറഞ്ഞില്ല. മൗനം സമ്മതം എന്നു വ്യാഖ്യാനിച്ചാ യിരുന്ന അവർ വിവാഹം നടത്തിയത്. 1882-ൽ ആണ് വിവാഹം നടക്കുന്നത്. കാളിയമ്മയെ കൂട്ടിക്കൊണ്ടുവന്നതിൽ പിന്നെ ഗുരു വീട്ടിൽ നിന്നില്ല. അവർ തമ്മിൽ ഒരു ദാമ്പത്യ ജീവിതം ഉണ്ടായില്ല. അവരുടെ ഭക്ഷണം, ചികിത്സ വസ്തുങ്ങൾ എല്ലാം അദ്ദേഹം ശ്രദ്ധി ച്ചിരുന്നു.

കുറച്ചുകാലം കാളിയമ്മ വീട്ടിൽ പിടിച്ചുനിന്നു. എന്നാൽ ഭർത്താ വിൽ നിന്ന് ഒരു സ്ത്രീ പ്രതീക്ഷിക്കുന്നതൊന്നും കിട്ടില്ലെന്ന് ബോധ്യ മായപ്പോൾ അവർ സ്വയം വീട്ടിലേയ്ക്ക പോയി. ഗുരു അവരെ പോയി കണ്ടു. അവരോട സംസാരിച്ചു. 'ലോകത്തിൽ ഓരോരുത്തരും ഓരോ

കാര്യത്തിനായി ജനിക്കുന്നവരാണ്. എനിക്കും നിങ്ങൾക്കും ഓരോ പ്രത്യേക കാര്യം സാധിക്കേണ്ടതായി ഉണ്ടായിരിക്കും. നിങ്ങൾ നിങ്ങളുടെ കാര്യം നോക്കുക ഞാൻ എന്റെ കാര്യം നോക്കട്ടെ.'

വിവാഹത്തെ സംബന്ധിച്ച് വ്യത്യസ്തമായ അഭിപ്രായങ്ങൾ ഉണ്ട്. രണ്ട് വർഷം ദാമ്പത്യം നയിച്ചു എന്നു പറയുന്നവരുണ്ട്. കെ. സുരേന്ദ്രൻ തന്റെ ഗുരു എന്ന നോവലിൽ നാണുവാശാൻ കുറേകാലം ദാമ്പത്യ ജീവിതം നയിച്ചതായി ചിത്രീകരിക്കുന്നു. എന്തായാലും അവ്യക്തതകൾ ഇനിയും ബാക്കിയാണ്. കേരളത്തിലെ ഏറ്റവും അറിയപ്പെടുന്ന ഒരു പുരുഷന്റെ ജീവിതത്തിലേക്ക് കടന്നുവന്ന ഒരു സ്ത്രീ ഒരു പിടികിട്ടാത്ത രഹസ്യമായി നിൽക്കുന്നത് വിചിത്രമായി തോന്നുന്നു.

ലോകത്ത് ഓരോ മനുഷ്യർക്കും ഓരോ ഉദ്ദേശ്യങ്ങളുണ്ട്. നാണു ഒരിക്കലും ലൗകികമായ ലോകങ്ങളിലേക്ക് പതിയ്ക്കാൻ തയ്യാറായ വ്യക്തിയായിരുന്നില്ല. അദ്ദേഹത്തെ മഥിച്ചിരുന്ന സമസ്യകൾ വ്യത്യസ്തങ്ങളായിരുന്നു. ബുദ്ധനെപോലെ ജീവിതത്തിന്റെ ആന്ത രാർഥവും പൊരുളും തേടുന്ന മനസ്സായിരുന്നു ഗുരുവിന്റേത്. ഒരു സാധാരണക്കാരന്റെ ആഗ്രഹങ്ങളും പ്രതീക്ഷകളും ആയിരുന്നില്ല അദ്ദേഹത്തിനുണ്ടായിരുന്നത്. സത്യാന്വേഷണത്തിന്റെ വഴിയിൽ സ്ത്രീയെ ഒരു തടസ്സമായി ഗുരുവിന്റെ വേദാന്തചിന്ത കണ്ടിരുന്നു. ഗുരുവിന്റെ കൃതികളിൽ

മിഴിമുനകൊണ്ട മയക്കി നാഭിയാകും
കുഴിയിലുരുട്ടി മറപ്പതിന്നൊരുങ്ങി
കിഴിയുമെടുത്തു വരുന്ന മങ്കമാർ തൻ
വഴികളിലിട്ടു വലയ്ക്കെലാ മഹേശ

പുരുഷന്റെ ആത്മീയ സാധനയ്ക്ക് ഒരു തടസ്സമായി സ്ത്രീയെ കാണുന്ന രീതി സുലഭമാണ്. ലിംഗസമത്വത്തിന്റെ കാലത്ത് ഈ വരികളെല്ലാം പുനർവായനയും പുനർവിചാരണയും ആവശ്യപ്പെടുന്നു ണ്ട്. ഇതിനിടയിൽ 1884-ൽ ഗുരുവിന്റെ അമ്മയും 1885 ൽ അച്ഛനും മരണമടഞ്ഞു.

സ്വാമി വീട്ട വിട്ടുമുതൽ അരുവിപ്പുറത്ത് യുവയോഗിയായി പ്രത്യക്ഷപ്പെടുന്നതുവരെ ചരിത്രം മൂടൽമഞ്ഞിൽ പെട്ട സ്ഥിതിയി ലാണെന്ന് ജീവചരിത്രകാരനായ ടി. ഭാസ്കരൻ എഴുതുന്നു. വീടുവിട്ട നാണുവാശാൻ അസ്തിത്വാന്വേഷണത്തിന്റെ അസ്വസ്ഥതകൾ പേറി

നടന്നു. സമുദ്ര തീരത്തും കുന്നുകളിലും ഏകാന്തമായ പുഴയോരങ്ങളി
ലും ധ്യാനലീനനായി ഇരുന്നു. ഇക്കാലത്ത് അദ്ദേഹം മത്സ്യമാംസാ
ദികൾ പൂർണമായി വെടിഞ്ഞിരുന്നില്ല. അല്പ സ്വല്പം ചികിത്സയും
അദ്ദേഹത്തിന് അക്കാലത്ത് ഉണ്ടായിരുന്നു.

ഈ കാലത്താണ് അദ്ദേഹം ചട്ടമ്പിസ്വാമികളെ പരിചയപ്പെട്ട
ന്നത്. ചട്ടമ്പിസ്വാമികളെ അദ്ദേഹത്തിന് പരിചയപ്പെടുത്തിയത്
പെരുനെല്ലി കൃഷ്ണൻ വൈദ്യരാണെന്നും അല്ല കൊടിപ്പറമ്പിൽ നാരാ
യണപ്പിള്ളയാണെന്നും വിരുദ്ധ അഭിപ്രായമുണ്ട്. ചട്ടമ്പിസ്വാമികൾ
നാരായണഗുരുവിന്റെ സതീർഥ്യനാണെന്നും അല്ല ഗുരുവാണെന്നും
അല്ല ശിഷ്യനാണെന്നും അഭിപ്രായമുള്ളവരുണ്ട്. നമ്മൾ പറയുന്നത്
സമീപകാലത്തെ ചരിത്രമായിട്ടും ഇതിലൊന്നും നമുക്ക വ്യക്തത
വരുത്താൻ കഴിഞ്ഞിട്ടില്ല. ബന്ധം എന്തായാലും അവർ പരസ്പരം
ബഹുമാനിക്കുകയും സ്നേഹിക്കുകയും ആശയപ്രകടനം നടത്തുകയും
ചെയ്തിരുന്നു.

ഈ കാലയളവിൽ തന്നെയാണ് തൈക്കാട്ട് അയ്യാ എന്നറിയപ്പെട്ട
ന്ന സുബ്ബരായപ്പണിക്കാരെ കണ്ടുമുട്ടന്നതും ഹഠയോഗം പഠിക്കുന്നതും.
അയ്യാ ചട്ടമ്പിസ്വാമികളെയും നാരായണഗുരുവിനെയും ഹഠയോഗം
പഠിപ്പിച്ചു എന്നാണ് വിശ്വാസം. ഇതിനുപുറമെ ഗുണംകുടി മസ്താൻ
എന്ന സൂഫി ഗുരുവിൽ നിന്നും യോഗപരിശീലനം കിട്ടിയതായി
കാണുന്നു. ഇസ്ലാമിക ദർശനവുമായി ഗുരു പരിചയിച്ചത് മസ്താനമായു
ള്ള പരിചയത്തിലൂടെയാവാം. അനുകമ്പാദശകത്തിൽ കരുണാവാൻ
നബിമുത്തുരത്നമൊ എന്നെഴുതാൻ മാത്രം ആഴത്തിലുള്ള ബന്ധം
ഗുരുവിന് ഇസ്ലാമുമായിട്ടുണ്ടായിരുന്നു. തൈക്കാട്ട് അയ്യാവിന്റെ ഉപദേ
ശമനുസരിച്ചാണ് ഗുരു മരുത്വാമലയിൽ തപസ്സിന പോകുന്നത്.
ഏതായാലും 1882 മുതൽ 1886 വരെയുള്ള ഗുരുവിന്റെ നാല്വർഷം
ഇനിയും അനാവരണം ചെയ്യപ്പെടേണ്ട ഒരുപാട് സമസ്യകൾ ബാക്കി
വെക്കുന്നു.

ഗൗതമബുദ്ധന് ബോധി വൃക്ഷം പോലെ, മുഹമ്മദ് നബിയ്ക്ക് ഹിറാ
ഗുഹ പോലെ ഗുരുവിന് ജ്ഞാനോദയം ഉണ്ടായത് മരുത്വാമലയിൽ
വെച്ചാണ്. ആൾത്തിരക്കും എന്തിന് ഭക്ഷണം പോലും ഉപേക്ഷി
ച്ച് ജ്ഞാന തപസ്വിയായി മരുത്വാ മലയിലെ പിള്ളത്തടം എന്ന
ഗുഹയിൽ അദ്ദേഹം ധ്യാനലീനനായി. അക്കാലത്ത് ഇലകളും
ഇലച്ചാറുകളും കായ്കനികളും മാത്രമായിരുന്നു ഭക്ഷണം. ഹിംസ

ജന്തുക്കൾ നിറഞ്ഞ വനത്തിൽ നിർഭയനായി അമരാൻ സാധിക്കു ന്നത് മനസ്സിൽ യോഗബുദ്ധി ഉദിച്ചതു കൊണ്ടാണ്. മനസ്സിൽ നിന്നും ഭേദബുദ്ധി പടിയിറങ്ങുമ്പോൾ ഭയവും വൈരവും ഇല്ലാതാകുന്നു. മരുത്വാ മലയിൽ ഗുരുവിന് കാവലായി പാമ്പും, പുലിയും, എല്ലാമാണ് ഉണ്ടായിരുന്നത്.

മരുത്വാമലയിലെ തപസ്സിനിടയിൽ ഗുരുവിന് സത്യസാക്ഷാ ത്ക്കാരം ലഭിച്ചു. കുണ്ഡലിനി ഉണർന്ന് സുഷുമ്നയിലൂടെ സഹസ്രാര പത്മദളങ്ങളിൽ അമൃത് നിറയുമ്പോൾ ഉണ്ടാകുന്ന അനുഭൂതികൾ കുണ്ഡലിനിപ്പാട്ടിൽ ഗുരു എഴുതിയിട്ടുണ്ട്

ഓമെന്ന തൊട്ടൊരു കോടി മന്ത്രപ്പൊരുൾ
നാമെന്നറിഞ്ഞു കൊണ്ടാട്ട പാമ്പേ

ജ്ഞാനോദയം നേടിയ ശേഷം ഗുരു ആത്മബോധം ഉണർന്ന് ബ്രഹ്മലീനൻ ആകുകയല്ല ചെയ്തത്. ലോകരുടെ സങ്കടങ്ങൾ മാറ്റാൻ സാധാരണക്കാരുടെ ജീവിതത്തിലേയ്ക്ക് ഇറങ്ങി വരികയാണ്. ആ സഞ്ചാരം ഗുരുവിന്റെ വലിയ നിദർശനമായി തീർന്നു. ഈ അവസ രത്തിൽ നാഗർകോവിലിൽ വെച്ച് 'അമ്മാൾ' എന്നറിയപ്പെടുന്ന ദിഗംബര യോഗിനിയുമായി പരിചയപ്പെടുകയും അനുഗ്രഹങ്ങൾ നേടുകയും ചെയ്തു.

അത്ഭുതസിദ്ധിയുടേതായ ധാരാളം കഥകൾ ഈ കാലത്ത് ഗുരുവിനെ ചുറ്റിപ്പറ്റിയുണ്ട്. ചിലർ അദ്ദേഹത്തെ മഹാസിദ്ധനെന്നു വാഴ്ത്തിയപ്പോൾ ചിലർ കുറുക്കനെന്നും കരുതി. എന്നാൽ നിന്ദയോട്ടം സ്തുതിയോട്ടം സ്വാമി സമദർശിയായി പെരുമാറി. തിരുവനന്തപുര ത്ത് ഒരു അവധൂതനെപോലെ സ്വാമികൾ അലഞ്ഞു നടന്നപ്പോൾ അദ്ദേഹത്തോട് ആദരവ് കാണിച്ചത് അധികം തമിഴരും ചെരുക്കം നായന്മാരുമാണ്. ഡോ. പൽപ്പുവിന്റെ കുടുംബം ഒഴികെയുള്ള ഈഴവരാരും ഗുരുവിനെ ആദരിച്ചില്ല. ഈ കാലത്ത് ഗുരു അധികവും മുക്കുവരുടെയും ചാന്നാൻമാരുടെയും നാടാൻമാരുടെയും കൂടെയായി രുന്നു. മൂർക്കോത്ത് കുമാരൻ എഴുതുന്നു 'നാം തിരുവനന്തപുരത്ത് താമസിക്കുന്ന അവസരങ്ങളിൽ രാത്രിയിൽ കടപ്പുറത്തു പോയി മുക്കുവന്മാരുടെ പൊങ്ങുതടികളിൽ കിടന്നുറങ്ങുക പതിവായിരുന്നു. മുക്കുവർ പൊങ്ങുതടികൾ കടലിൽ ഇറക്കി വലയിടാൻ വരുന്നതു പ്രഭാതത്തിന വളരെ മുമ്പെയാണ്. അപ്പോൾ നാം എഴുന്നേറ്റു പോയ്ക്കളയും. അങ്ങനെ പോയാൽ മുപ്പതും നാൽപ്പതും നാഴികവരെ

നടക്കുമായിരുന്നു. എന്നാൽ അപ്രകാരമുള്ള ദീർഘ സഞ്ചാരം കൊണ്ട് കാല് കഴപ്പ് മുതലായ സുഖക്കേടുകൾ ഒന്നും അന്നുണ്ടായിരുന്നില്ല. നാം മുഹമ്മദീയരുടെ കൂടെ വളരെ നാൾ സഹവസിച്ചിട്ടുണ്ട്. അവരോടൊരുമിച്ച് ഭക്ഷണം കഴിച്ചിട്ടുണ്ട്. അവരുടെ കുട്ടികളെ നാം എടുക്കുകയും അവർക്കു ചോറു വാരി കൊടുക്കുകയും ചെയ്തിട്ടുണ്ട്. മരുത്വാമലയിലെ ജ്ഞാനോദയത്തിനശേഷം താനൊറ്റയിൽ ബ്രഹ്മപദം കൊതിച്ച് യാത്ര ചെയ്യുകയല്ല നാരായണഗുരു ചെയ്തത്. തന്നാൽ കരേറേണ്ട പരിതജന്മങ്ങളെക്കുറിച്ചുള്ള അനുകമ്പയായിരുന്നു ഗുരുവിന്റെ ഹൃദയത്തിൽ. ജനപദങ്ങളിലൂടെ ജനജീവിതത്തെ തൊട്ടറിഞ്ഞ് അദ്ദേഹം സഞ്ചരിച്ചുകൊണ്ടിരുന്നു. അങ്ങനെയുള്ള സഞ്ചാരത്തിനിടയിലാണ് ഗുരു അരുവിപ്പുറത്തെത്തുന്നത്. അഗസ്ത്യ കൂടത്തിൽ നിന്നും പുറപ്പെടുന്ന നെയ്യാറിന്റെ തീരത്തു പ്രകൃതി മനോഹരമായ ഗ്രാമമാണ് അരുവിപ്പുറം. ഗുരു അവിടെ എത്തുമ്പോൾ അവിടം ജനവാസയോഗ്യമല്ലാത്ത സഞ്ചാരയോഗ്യമല്ലാത്ത ഹിംസ്രജന്തുക്കൾ നിറഞ്ഞ ഒരു വനപ്രദേശമായിരുന്നു. ഒരു മഹാസിദ്ധൻ അവിടെ എത്തിയിരിക്കുന്നു എന്ന വാർത്ത അറിഞ്ഞതോടെ ജനങ്ങൾ അവിടേയ്ക്ക് പ്രവഹിക്കാൻ തുടങ്ങി. അവരുടെ ജീവിത സങ്കടങ്ങൾക്ക് ഗുരുവിന്റെ സാന്നിധ്യവും വാചകങ്ങളും മരുന്നായി. അവർ ഗുരുവിന്റെ ഭക്തരും ആരാധകരുമായി. അരുവിപ്പുറം അങ്ങനെ ഒരു ഭക്ത കേന്ദ്രമായി.

അവർണജാതിക്കാർ ഈശ്വരെ ദർശിക്കുന്നതിനു പോലും അനുഭവിക്കുന്ന പ്രയാസങ്ങൾ ഗുരുവിന് അറിയാമായിരുന്നു. ക്ഷേത്രത്തിന്റെ പുറത്ത് സ്ഥാപിച്ച തീണ്ടൽപ്പലകയ്ക്ക് അപ്പുറത്ത് നിന്ന് ഏന്തിവലിഞ്ഞ് തൊഴുന്ന അവർണ ജനതയുടെ സങ്കടത്തിന് പരിഹാരം കാണണമെന്ന് ഗുരു ആഗ്രഹിച്ചു. അങ്ങനെയാണ് 1883-ൽ ഗുരു അരുവിപ്പുറത്ത് ശിവലിംഗ പ്രതിഷ്ഠ നടത്തുന്നത്. ആ പ്രതിഷ്ഠ ഉറച്ചത് ഗുരുവിന്റെ കണ്ണീരിലാണ്. വിഗ്രഹം ഉറപ്പിക്കാൻ അഷ്ടബന്ധം തയ്യാറാക്കിവെച്ചിരുന്നെങ്കിലും തിരക്കിനിടയിൽ അതിടാൻ മറന്നു. ഭക്തർ ആരോ അതു സൂചിപ്പിച്ചപ്പോൾ അളറച്ചുപോയി ഇനി അതിന്റെ ആവശ്യമില്ല എന്നു ഗുരു പറഞ്ഞു. അവിടെ ഗുരു ഒരു ശ്രീകോവിൽ പണിയിച്ചു. ചില ശിഷ്യന്മാരെ ശാന്തിക്കാരാക്കി അവിടെ ഒരു പള്ളിക്കൂടം കെട്ടിച്ച് കുട്ടികളെ മലയാളം പഠിപ്പിക്കാൻ ഏർപ്പാട് ചെയ്തു.

അരുവിപ്പുറം പെട്ടെന്ന് ഒരു തീർഥാടന കേന്ദ്രമായി മാറി. ഗുരു കൂടുതൽ സമയം അരുവിപ്പുറത്ത് ചെലവഴിച്ചു. 1893-ൽ ക്ഷേത്ര ത്തോടു ചേർന്ന് ഒരു സന്യാസി മഠവും ഉണ്ടായി. ധാരാളം പേർ വാവു് ഊട്ടാൻ വേണ്ടി അവിടെ എത്താറുണ്ടായിരുന്നു. അതിന്റെ കാര്യങ്ങൾ നോക്കാൻ ഒരു വാവൂട്ടയോഗം ഉണ്ടാക്കി. പൽപ്പുവിന്റെ സഹോദരൻ പരമേശ്വരനായിരുന്നു അതിന്റെ ചുമതല.

ഈ കാലത്താണ് ഗുരു കുമാരനാശാനെ പരിചയപ്പെടുന്നത്. കുമാരനാശാൻ ചില കവിതകൾ കേൾപ്പിച്ചു. ശൃംഗാര വർണ്ണനയിൽ നിന്ന് പിന്തിരിയണമെന്ന് ഗുരു ഉപദേശിച്ചു. കുമാരുവിലെ ഗുണവി ശേഷങ്ങൾ ക്രാന്ത ദർശിയായ ഗുരു തിരിച്ചറിഞ്ഞു. കുമാരുവിനെ പഠിപ്പിക്കാനുള്ള ചുമതല ഡോ.പൽപ്പുവിനെ ഏൽപ്പിച്ചു. മൈസൂരില്യം കൽക്കത്തയില്യം ആശാൻ പഠിച്ചു. 1903-ൽ ശ്രീനാരായണ ധർമ പരിപാലന യോഗം സ്ഥാപിതമായപ്പോൾ അതിന്റെ ആദ്യത്തെ സെക്രട്ടറി കുമാരാനാശാൻ ആയിരുന്നു. ഡോ. പൽപ്പുവായിരുന്നു പ്രസിഡണ്ട്.

●

നാരായണഗുരുവും ക്ഷേത്ര പ്രതിഷ്ഠകളും

ആയിരത്തിത്തൊള്ളായിരത്തി പതിനാലിൽ വാഗ്ഭടാനന്ദ ഗുരുദേവൻ ആലുവ അദ്വൈതാശ്രമത്തിൽ എത്തി. ശ്രീനാരായണഗുരുവുമായി ഇങ്ങനെയൊരു സംവാദം നടന്നു.

വാഗ് : സ്വാമി അദ്വൈതിയാണല്ലോ. അതുകൊണ്ടാണ് അങ്ങയെ സന്ദർശിക്കണമെന്ന് കുറച്ചുകാലമായി ആഗ്രഹിക്കുന്നത്. അതിനുള്ള ഭാഗ്യം ഇപ്പോഴാണുണ്ടായത്.

ഗുരു : നാം അദ്വൈതി തന്നെ. ഗുരുക്കളും അദ്വൈതിയല്ലേ? അപ്പോൾ നാം ഒന്നാണ്.

വാഗ് : അങ്ങ് ക്ഷേത്രങ്ങൾ സ്ഥാപിക്കുകയും പ്രതിഷ്ഠ നടത്തുകയും ചെയ്യുന്നുണ്ടല്ലോ? അദ്വൈതവും അതും തമ്മിൽ എങ്ങനെ പൊരുത്തപ്പെടും?

ഗുരുവിന്റെ മുഖത്ത് ഒരു സാത്ത്വിക മന്ദസ്മിതം വിരിഞ്ഞു. തെല്ലുനേരം കഴിഞ്ഞ് പറഞ്ഞു.

ഗുരു : ജനങ്ങൾ സൈ്വരം തരണ്ടേ? അവർക്ക് ക്ഷേത്രം വേണം പിന്നെ കുറെ ശുചിത്വമെങ്കിലും ഉണ്ടാകുമല്ലോ എന്നു നാമും വിചാരിച്ചു.

വാഗ് : അങ്ങ് ഒരു ആചാര്യനാണ്. അങ്ങയുടെ സിദ്ധാന്തത്തിന് ജനങ്ങളെ വഴക്കിയെടുക്കേണ്ടതല്ലേ?

ഗുരു : നാം ആദ്യകാലത്ത് അവരെ വിളിച്ചു. വിളികേട്ട് ആരും വന്നില്ല.

വാഗ് : അദ്വൈതവും യോഗസിദ്ധാന്തവും ക്ഷേത്രവിശ്വാസവും തമ്മിൽ ഒരു ബന്ധവും ഇല്ലാത്തതുകൊണ്ട് ഞങ്ങൾ വിഗ്രഹാരാധനയെ ശക്തിപൂർവ്വം എതിർക്കുന്നു.

ഗുരു   : നല്ലതാണല്ലോ. നാമും നിങ്ങളുടെ പക്ഷത്താണ്.

അരുവിപ്പുറത്ത് ശിവപ്രതിഷ്ഠയോട്ടുകൂടി ഹിന്ദുമതത്തിലെ സവർണാധിപത്യത്തെ നാരായണഗുരു അട്ടിമറിച്ചു. അധഃസ്ഥിത ജനങ്ങൾക്കും ദൈവത്തെ വിളിക്കാനും തൊഴാനും പൂജിക്കാനും സ്വാതന്ത്ര്യമുണ്ടെന്ന് സ്ഥാപിക്കപ്പെട്ടു. അതോടെ കേരളത്തിലെ അധഃസ്ഥിത ജനങ്ങൾ തങ്ങളുടെ ഒരു രക്ഷകനായി നാരായണഗുരു വിനെ കാണുകയും തങ്ങൾക്കും ക്ഷേത്രം പ്രതിഷ്ഠിച്ച് നൽകണമെന്ന് നിർബന്ധിക്കുകയും ചെയ്തു. കേരളത്തിനകത്തും പുറത്തുമായി ഗുരു സ്ഥാപിച്ച ക്ഷേത്രങ്ങളുടെ കൃത്യമായ കണക്കെടുക്കാൻ പ്രയാസമു ണ്ട്. അതിന്റെ സംഖ്യ നാല്പത്തിനാല് മുതൽ അറുപത്, നൂറ് എന്ന നിലയിൽ വ്യത്യസ്തങ്ങളാണ്. ഗുരു നേരിട്ട് പ്രതിഷ്ഠിച്ചത്, ഗുരു കുറ്റിയടിച്ചത്. ഗുരു മാറ്റി പ്രതിഷ്ഠിച്ചത്. ഗുരു ശിഷ്യരെ കൊണ്ട് പ്ര തിഷ്ഠിച്ചത് ഇങ്ങനെ പരിഗണന കോടികൾ മാറുമ്പോൾ കൃത്യമായ എണ്ണത്തിന്റെ കാര്യത്തിലും വ്യക്തത കുറയുന്നു.

അദ്വൈതിയായ ഗുരു ക്ഷേത്രപ്രതിഷ്ഠ നടത്തുന്നതിനെ ഗുരുവിന്റെ അനുയായികളായ ആളുകളിൽ പോലും അഭിപ്രായ വ്യത്യാസം ഉണ്ടാക്കിയിട്ടുണ്ട്. സഹോദരൻ അയ്യപ്പൻ, ചട്ടമ്പിസ്വാമികൾ, വാഗ്ഭ ടാനന്ദ ഗുരുദേവൻ തുടങ്ങിയവരെല്ലാം നേരിട്ട തന്നെ തങ്ങളുടെ വിപ്ര തിപത്തി രേഖപ്പെടുത്തിയവരാണ്. ക്ഷേത്രങ്ങളെ സംബന്ധിച്ചുള്ള ഗുരുദേവന്റെ സമീപനം പ്രായോഗികമായിരുന്നു. ആത്മോപദേശ ശതകവും അദ്വൈത ദീപികയൊന്നും നിരക്ഷരനായ സാധാരണ ക്കാരന് ഉൾക്കൊള്ളാൻ കഴിയില്ല. അവന് മനസ്സിലാകുന്ന കാര്യ ങ്ങളാണ് അവനോട് പറയേണ്ടത്.

ക്ഷേത്രങ്ങൾ ശാരീരികവും മാനസികവുമായ ശുദ്ധിയും മനസ്സമാ ധാനത്തിനും എല്ലാം നല്ലതാണ്. ക്ഷേത്രത്തോടസംബന്ധിച്ച് വിദ്യാ ലയങ്ങളും വായനശാലകളും പൂന്തോട്ടങ്ങളും മാത്രമല്ല വ്യവസായശാ ലകളും ഉണ്ടണ്ടാക്കണമെന്ന് ഗുരു ആവശ്യപ്പെട്ടു. ആവശ്യമെങ്കിൽ ക്ലാസുകൾ നടത്താനും സഹായകമാകുമെന്ന് ഗുരുപറഞ്ഞു. അസ്വാത ന്ത്ര്യത്തിലും അറിവില്ലായ്മയിലും കഴിയുന്ന ഒരു വലിയ സമൂഹത്തെ വെളിച്ചത്തിലേയ്ക്ക് നയിക്കുക എന്ന പ്രക്രിയയിൽ ക്ഷേത്രങ്ങളെ പ്രായോഗികമായി ഉപയോഗിക്കുക എന്നതാണ് ഗുരു ചെയ്തത്.

അക്കാലത്ത് അവർണർക്ക് ക്ഷേത്ര പ്രവേശനം നിഷിദ്ധമായി രുന്നു. അതു കൊണ്ടണ്ട് സാമൂഹിക അവകാശം എന്ന നിലയിൽ

അവർണന് ക്ഷേത്ര പ്രവേശനം ലഭിക്കണം എന്നത് ജനാധിപത്യ അവകാശത്തിന്റെ പ്രശ്നമാണ്. അത് ക്ഷേത്രങ്ങളുടെ ജനാധിപത്യ വൽക്കരണത്തിന്റെ പ്രശ്നമാണ്. അത് ഇന്ന് കമ്മ്യൂണിസ്റ്റുകാരനോടെ ല്ലാം ഇവിട്ടത്തെ വലതു പക്ഷം ചോദിക്കുന്ന ചോദ്യമാണ്. അങ്ങനെ വേണമെങ്കിൽ അദ്വൈതിയ്ക്ക് എന്താണ് അമ്പലത്തിൽ കാര്യമെന്ന് ചോദിക്കാം. നിങ്ങൾ അമ്പലത്തിൽ പോകുന്നുണ്ടോ എന്നത് നിങ്ങളുടെ വ്യക്തിപരമായ കാര്യമാണ്. എന്നാൽ ആഗ്രഹിക്കുന്ന ആളുകൾക്ക് അമ്പലത്തിൽ പോകാൻ കഴിയണം എന്നത് ജനാ ധിപത്യപരവും മനുഷ്യവകാശപരവുമായ കാര്യമാണ്. ഈയൊരു തിരിച്ചറിവു തന്നെയാണ് അദ്വൈതിയായ നാരായണഗുരുവിനെ ക്ഷേത്ര പ്രതിഷ്ഠകൾ നടത്താൻ പ്രേരിപ്പിച്ചത്. പ്രതിഷ്ഠ നാരായണ ഗുരുവിന് വേണ്ടിയായിരുന്നില്ല. നാട്ടുകാർക്കു വേണ്ടിയായിരുന്നു.

അവർണ ജനതയുടെ മാന്യത തിരിച്ചു പിടിക്കുന്നതിന് അവർക്ക് സവർണതുല്യമായ എല്ലാ അവകാശങ്ങളും കിട്ടേണ്ടതുണ്ട്. അതി ലൊന്നായിരുന്നു ക്ഷേത്രം. അതുവഴി അവർണരുടെ ജാതിപരമായ അപകർഷബോധത്തെ ഇല്ലാതാക്കാൻ സാധിച്ചു. ഗുരുവിന് ക്ഷേ ത്രത്തോട്ടുള്ള സമീപനം പ്രയോഗികമായിരുന്നു. അക്ഷരാഭ്യാസം പോലും ഇല്ലാതിരുന്ന ഒരു ജനതയ്ക്കു വേദാന്ത തത്ത്വങ്ങൾ നൽകിയിട്ട് കാര്യമില്ല. അതു കൊണ്ടുണ്ട് പരിഷ്കരണ വാദപരമായ സമീപന മാണ് ഗുരു സ്വീകരിച്ചത്.

അവർണ സമുദായങ്ങളുടെ ദൈവങ്ങളെയും താമസമൂർത്തികളാ യിട്ടാണ് കണ്ടത്. അവർക്ക് മദ്യവും മത്സ്യവും മാംസവും എല്ലാമാണ് നേദിച്ചിരുന്നത്. ജാതി ബോധത്തിന്റെ അടിയിൽ ആഴത്തിൽ സൂക്ഷ്മ മായി പ്രവർത്തിക്കുന്ന ശ്രുതിയെക്കുറിച്ചുള്ള ബോധത്തെ അട്ടിമറിക്ക കയായിരുന്നു ഗുരുവിന്റെ ഉദ്ദേശ്യം. അതുകൊണ്ടു തന്നെ അവർണ ജീവിതങ്ങളെ സ്വാത്വികമാക്കുന്നതിനുള്ള നിർദേശങ്ങളാണ് ഗുരു നൽകിയത്. കളിക്കാനും, വെളുത്ത വസ്ത്രം ധരിക്കാനും മദ്യം ഉപേ ക്ഷിക്കാനും, അങ്ങനെ അവന്റെ ജീവിതത്തെ വലയം ചെയ്യുന്ന തമോ മണ്ഡലങ്ങളെ ഗുരു ഇല്ലായ്മ ചെയ്തു. അവർണന്റെ ദൈവങ്ങളെ പോലും കാളികുളികളാക്കുന്ന വരേണ്യ തന്ത്രത്തിന്റെ കടയ്ക്കലാണ് ഗുരു കത്തിവെച്ചത്. തന്റെ ക്ഷേത്രങ്ങളിൽ പാൽ, പഴം, നെയ്യ്, അഗ്നി, പുഷ്പം എന്നിവയാണ് ആരാധനയ്ക്ക് സ്വീകരിച്ചത്. അതിൽ തന്നെ ഭക്ഷ്യപേയങ്ങൾ നിവേദ്യമായി നൽകുന്നത് ശുചിത്വത്തിന്

തടസ്സമാകുമെന്നതു കൊണ്ട് അതിനെയും ഗുരു പ്രോത്സാഹിപ്പിച്ചില്ല. താന്ത്രിക ക്രമങ്ങളെല്ലാം ഗുരു ലഘൂകരിച്ചു. കഴിയുന്നതും ജനങ്ങൾ ക്ക് ദൈവത്തോട് നേരിട്ട് പ്രാർഥിക്കാൻ അവസരം നൽകി. ഗുരു നടത്തിയത് അവർണ ദൈവങ്ങളെ സവർണവൽക്കരിക്കലാണ് എന്നു പറയുന്ന ഉത്തരാധുനികന്മാരുണ്ട്. സ്വത്വം നിലനിർത്താൻ അവർണർ ഇന്നും മദ്യത്തിലും ചാളയിലും തന്നെ കഴിയണം എന്നാ ഗ്രഹിക്കുന്ന ഒരു വരേണ്യവാദത്തിന്റെ പ്രച്ഛന്നമായ ഒരു മുഖമാണിത്.

ശ്രീനാരായണഗുരു നടത്തിയ പ്രതിഷ്ഠകളുടെ തുടർച്ചയും സ്വഭാവവും പരിഗണിക്കുമ്പോൾ വിഗ്രഹത്തിൽ നിന്നും തത്ത്വത്തി ലേക്കുള്ള പ്രയാണം കാണാവുന്നതാണ്.

1888 - അരുവിപ്പുറം	- ശിവൻ
1889 - മണ്ണന്തല	- ദേവി
1893 - കോലത്തുക്കര	- ശിവൻ
1893 - കായിക്കര	- സുബ്രഹ്മണ്യൻ
1894 - കരുനാഗപ്പള്ളി	- ദേവി
1896 - മുട്ടയ്ക്കാട്ട്	- സുബ്രഹ്മണ്യൻ
1898 - കുന്നുംപാറ	- സുബ്രഹ്മണ്യൻ
1902 - കുമാരമംഗലം	- സുബ്രഹ്മണ്യൻ
1904 - പെരിങ്ങോട്ടുകര	- സോമശേഖരൻ
1908 - കോട്ടൂർ	- ഗണപതി
1908 - തലശ്ശേരി	- ജഗന്നാഥൻ
1910 - കോഴിക്കോട്	- ശ്രീകണ്ഠേശ്വരൻ
1912 - മംഗലാപുരം	- ഗോകർണ്ണനാഥൻ
1915 - അഞ്ചുതെങ്ങ്	- ജ്ഞാനേശ്വരൻ
1916 - കണ്ണൂർ	- സുന്ദരേശ്വൻ
1921 - മുരുക്കും പുഴ	- സത്യം ധർമം, ദയ, ശാന്തി
1920 - കാരമുക്ക്	- നിലവിളക്ക്
1922 - പാണാവള്ളി	- ശ്രീകണ്ഠേശ്വരൻ
1927 - കളവംകോട്	- കണ്ണാടി
1927 - ഉല്ലല	- കണ്ണാടി

ഈ പ്രതിഷ്ഠകളിലൂടെ കടന്ന പോകുമ്പോൾ ഗുരുവിൽ ശൈവചി ന്തയുടെ സ്വാധീനം വ്യക്തമാണ്. ഗുരു നടത്തിയ 44 പ്രതിഷ്ഠകളിൽ 22 ശിവ പ്രതിഷ്ഠയും 14 സുബ്രഹ്മണ്യ പ്രതിഷ്ഠയും ഉണ്ട്. ഒരു ഗണപതി പ്രതിഷ്ഠ ശാരദ പ്രതിഷ്ഠ ഒന്ന്, രണ്ട് ദേവി പ്രതിഷ്ഠകൾ, ഒരു നിലവിളക്ക്, രണ്ട് കണ്ണാടി, മുരുക്കും പുഴയിൽ സത്യം, ധർമം, ദയ ശാന്തി ഇങ്ങനെയാണ്. ദ്രാവിഡ ദൈവങ്ങളെയാണ് ഗുരു പ്രതിഷ്ഠിച്ചത്. എന്നാൽ ഗുരു നടപ്പാക്കിയ ആരാധന ആര്യമായിരു ന്നു. അവസാനമായി പ്രതിഷ്ഠിച്ച രണ്ടു പ്രതിഷ്ഠകൾ കളവംകോട്ടം, ഉല്ലലയില്ലം കണ്ണാടിയാണ്.

ആരാധന ലളിതവ്യം എല്ലാവർക്കും പ്രാപ്യവുമാക്കി. ഗുരു പ്രതി ഷ്ഠിച്ച ക്ഷേത്രങ്ങളിൽ എല്ലാവർക്കും പ്രവേശനം നൽകണം എന്നാ യിരുന്ന ഗുരുവിന്റെ നിലപാട്. എന്നാൽ ഗുരുവിന്റെ ചുറ്റം ഉണ്ടായി രുന്ന ചില ഈഴവ പ്രമാണിമാർക്ക് തങ്ങൾക്ക് മുകളില്ലുള്ളവരുടെ അവകാശങ്ങൾ തങ്ങൾക്കും വേണം എന്നല്ലാതെ തങ്ങളുടെ താഴെ യുള്ളവരുടെ അവസ്ഥ കാണാൻ കണ്ണുണ്ടായിരുന്നില്ല. തലശ്ശേരി ജഗന്നാഥ ക്ഷേത്രത്തിൽ പുലയർക്ക പ്രവേശനം അനുവദിച്ചിരുന്നി ല്ല. മൊയാരത്ത് ശങ്കരനെ പോലെയുള്ള ഗുരു ഭക്തർക്ക് പുലയരെ പ്രവേശിപ്പിക്കണം എന്ന് ആത്മാർഥമായ ആഗ്രഹമുണ്ടായിരുന്നു. അനുയായികൾ രണ്ടുതട്ടിലായി. പ്രശ്നം നാരായണഗുരുവിന്റെ അടു ത്തെത്തി. അദ്ദേഹം സംശയലേശമന്യേ പുലയർക്ക് പ്രവേശനം നൽകാൻ തീരുമാനിച്ചു. തേവൻ എന്ന പുലയൻ ക്ഷേത്രത്തിൽ പ്രവേശിച്ചതുകണ്ടപ്പോൾ ഗുരുവിന്റെ കണ്ണുകൾ നിറഞ്ഞൊഴുകി. അദ്ദേഹം പറഞ്ഞു അകത്തു കയറിയത് തേവനല്ല. ദേവനാണ്.

അനുയായികളുടെ നിർബന്ധമായിരുന്ന ക്ഷേത്രപ്രതിഷ്ഠയ്ക്ക് കാരണമായത്. എന്നാൽ ക്ഷേത്രങ്ങൾ താൻ വിചാരിച്ചപോലെ മനുഷ്യ സൗഹൃദത്തിന്റെ ആലയമാകുന്നില്ല എന്നു കണ്ടപ്പോൾ ഗുരു അതിൽ നിന്നും പിന്തിരിഞ്ഞു. ഇനി ക്ഷേത്രമല്ല, വിദ്യാഭ്യാസമാണ് വേണ്ടതെന്ന തീരുമാനിച്ചു. അദ്ദേഹം ഒരു സന്ദേശം തന്നെ പ്രസി ദ്ധപ്പെടുത്തി. 'ഇനി ക്ഷേത്ര നിർമാണത്തെ പ്രോത്സാഹിപ്പിക്കരുത്. ക്ഷേത്രങ്ങളിൽ ജനങ്ങൾക്ക് വിശ്വാസം കുറഞ്ഞു വരികയാണ്. അമ്പലം കെട്ടുവാൻ പണം ചെലവിട്ടുന്നത് ദുർവ്യയമായി എന്നു പശ്ചാത്തപിക്കുവാൻ ഇടയുണ്ട്. കാലത്തിന് അത്രമാത്രം മാറ്റം വന്നി രിക്കുന്നു. എങ്കിലും തൽക്കാലം ക്ഷേത്രം വേണ്ടെന്നു പറഞ്ഞാൽ

ജനങ്ങൾ കേൾക്കുകയില്ല. നിർബന്ധമാണെങ്കിൽ ചെറിയ ക്ഷേത്രം വെച്ചു കൊള്ളട്ടെ'

പ്രധാന ദേവാലയം വിദ്യാലയമായിരിക്കണം. പണം പിരിച്ചും പള്ളിക്കുടങ്ങൾ കെട്ടുവാനാണ് ഉത്സാഹിക്കേണ്ടത്. ശുചിയും മറ്റും ഉണ്ടാക്കുവാൻ ക്ഷേത്രം കൊള്ളാം. ജാതി ഭേദം കൂടാതെ ഒരു പൊതു ആരാധനാസ്ഥലമെങ്കിലും ജനങ്ങളെ ഒന്നിച്ച് ചേർക്കുവാൻ ക്ഷേത്രങ്ങൾ വഴി കഴിയുമെന്നും തോന്നിയിരുന്നു. അനുഭവം നേരെ മറിച്ചാണ്.

ഗുരു മൂർക്കോത്ത് കുമാരനോട് പറഞ്ഞ് ഇതാണ്. ക്ഷേത്രങ്ങൾ പഴയ സമ്പ്രദായത്തിൽ വളരെ പണം ചെലവ് ചെയ്ത് ഉണ്ടാക്കേണ്ട ആവശ്യമില്ല. ഉത്സവത്തിനും കരിമരുന്നിനും മറ്റും പണം ചെലവഴിക്കരുത്. ക്ഷേത്രത്തിൽ ജനങ്ങൾക്ക് സുഖത്തിൽ വന്നിരിക്കാനും പ്രസംഗിക്കുവാനും മറ്റും ഏർപ്പാടുള്ള വിശാലമായ മുറികളാണ് വേണ്ടത്. എല്ലാ ക്ഷേത്രങ്ങളോട്ടും ചേർന്ന് വിദ്യാലയങ്ങളും തോട്ടങ്ങളുമുണ്ടായിരിക്കണം. കുട്ടികളെ പലതരം വ്യവസായങ്ങൾ ശീലിപ്പിക്കുവാനുള്ള ഏർപ്പാടുകളും ക്ഷേത്രങ്ങളോട്ട ചേർന്ന് ഉണ്ടായിരിക്കേണ്ടതാണ്. ജനങ്ങളിൽ നിന്നു വഴിപാടായി ക്ഷേത്രങ്ങളിൽ കിട്ടുന്ന ധനം സാധുക്കളായ ജനങ്ങൾക്ക് തന്നെ പ്രയോജനകരമായ വിധത്തിൽ ചെലവഴിക്കുകയാണ് വേണ്ടത്.

'കുളങ്ങൾ ശുചിയായി സൂക്ഷിക്കുവാൻ സാധ്യമല്ല. അതുകൊണ്ട് കുഴലുകൾ മാർഗമായി തലയ്ക്ക് മീതെ വെള്ളം വന്നു വീഴത്തക്കവണ്ണം ഉണ്ടുണ്ടാക്കിയ ചെറുതരം കുളിമുറികൾ ധാരാളമായി ക്ഷേത്ര പരിസരത്ത് ഉണ്ടാക്കുകയാണ് വേണ്ടണ്ടത്.

ക്ഷേത്രങ്ങൾ വേണ്ടാ എന്ന നിലപാടൊന്നും ഗുരുവിനുണ്ടായിരുന്നില്ല. ക്ഷേത്രങ്ങൾ എന്തിനു വേണ്ടിയായിരിക്കണം എന്ന കാര്യത്തിലാണ് ഗുരുവിന് അഭിപ്രായമുണ്ടായിരുന്നത്. ക്ഷേത്രങ്ങൾ ആവശ്യമില്ല എന്ന് ഒരു പത്രപ്രവർത്തകൻ പറഞ്ഞപ്പോൾ ഗുരു പറഞ്ഞ മറുപടി ഇങ്ങനെയാണ്. "ആവശ്യമില്ലെന്ന് എങ്ങനെ പറയാം? ക്ഷേത്രങ്ങൾ വൃത്തിയായി വരും. അവിടെ നല്ല കാര്യങ്ങൾ സംസാരിക്കും. ഈശ്വരസ്മരണയുണ്ടാവും. ശുദ്ധവായു ശ്വസിക്കാം. ചിലർ ക്ഷേത്രത്തിൽ വന്നു നിരാഹാരവ്രതവും മറ്റും നടത്തി ദേഹത്തിനും മനസ്സിനും ഗുണം വരുത്തുന്നു. ചിലർക്ക് വിശ്വാസം മൂലം രോഗം മാറുന്നു. ചിലർക്ക് ആഗ്രഹസിദ്ധിയുണ്ടാക്കുന്നു.

അതെല്ലാം വിശ്വാസം പോലെ ഇരിക്കും ഇതൊന്നം ഗുണമല്ലേ? ക്ഷേത്രം ആവശ്യമാണ്.

പൂർണമായ നിരാസത്തിനം അന്ധമായ കീഴടങ്ങലിനം ഇടയിൽ ഒരു സുവർണ മധ്യമാർഗമാണ് ഗുരു തേടിയത്. ഇന്ത്യൻ മനസിന്റെ രീതി വെച്ച് ക്ഷേത്ര വിശ്വാസത്തെ പൂർണമായി തള്ളാൻ കഴിയില്ല. അതിനെ നന്മയ്ക്കുവേണ്ടി പരിവർത്തിപ്പിക്കുകയാണ് വേണ്ടത്. അടിസ്ഥാനപരമായ പരിവർത്തനങ്ങൾ അറിവിലാണ് ഉണ്ടാകേണ്ടത്. ആ അറിവ് ഉണർത്തുന്ന വിധത്തിലേയ്ക്ക് ക്ഷേത്ര ങ്ങൾ മാറണം, മറ്റാരെങ്കിലും മന്ത്രം ചൊല്ലിയതു കൊണ്ട് നിങ്ങൾ ക്ക് പുണ്യമോ മോക്ഷമോ കിട്ടില്ല. വഴിപാടുകൾ ചെയ്ത് പുണ്യം സ്വരൂപിക്കാൻ കഴിയില്ല. അങ്ങനെ പുണ്യവും മോക്ഷവും നേടാം എന്നൊരു വ്യാമോഹം ക്ഷേത്രങ്ങൾ ഉണ്ടാക്കുന്നുണ്ട്. എന്നാൽ നാരായണഗുരു ക്ഷേത്രങ്ങളുടെ ബ്രാഹ്മണിക അധികാര ഘടനയെ തകർത്തു. ക്ഷേത്രങ്ങൾ കേന്ദ്രീകരിച്ച നിൽക്കുന്ന താന്ത്രിക അധികാ രത്തിന്റെ കോയ്മയെ ഗുരു വെല്ലുവിളിച്ചു. ആരാധനകൾ ലളിതമാക്കി. ശിവഗിരിയിൽ ശാരദാ പ്രതിഷ്ഠ നടത്തി. അവിടെ നിത്യപൂജയോ, നിവേദ്യമോ, ഉത്സവമോ ഇല്ല. ഭക്തർക്ക് പ്രാർത്ഥിക്കാനുള്ള സൗകര്യം മാത്രമാണുള്ളത്.

ഭാരതീയ സന്യാസ പരമ്പരയിലെ ഏറ്റവും വലിയ വിഗ്രഹഭ ഞ്ജകനായിരുന്ന ഗുരു. അവർണർക്ക് ക്ഷേത്ര പ്രവേശനം പോല്യം ഇല്ലാതിരുന്ന കാലത്ത് അദ്ദേഹം ദൈവപ്രതിഷ്ഠ നടത്തി സ്വന്ത മായി ക്ഷേത്രം നിർമ്മിച്ചു. 1924-ൽ വൈക്കം സത്യാഗ്രഹം നടക്ക ന്നത് വൈക്കം ക്ഷേത്രത്തിനടുത്തുള്ള റോഡിലൂടെ അവർണർക്ക് നടക്കാമോ എന്നതിനാണ്. കേരളത്തിലെ അവർണന്റെ ആരാധനാ സ്വാതന്ത്ര്യത്തെ ഗുരു പിടിച്ചവാങ്ങുകയായിരുന്നു. കേരളത്തിലെ ക്ഷേത്രങ്ങൾ ഇന്നും ബ്രാഹ്മണിക അധികാരത്തിന്റെ കേന്ദ്രങ്ങളാണ്. ക്ഷേത്രത്തിന്റെ പ്രതിഷ്ഠയുമായി ബന്ധപ്പെട്ട സർവ്വ അധികാരങ്ങളും തന്ത്രിയിലാണ് നിക്ഷിപ്തമായിരിക്കുന്നത്.

"ദൈവാധീനം ജഗത് സർവം
മന്ത്രാധീനം ച ദൈവതം
തത് മന്ത്രം ബ്രാഹ്മണാധീനം
ബ്രാഹ്മണോ മമ ദൈവതം"

ബ്രാഹ്മണകോയ്മ ഉറപ്പിക്കാൻ ആരോ പടച്ചുണ്ടാക്കിയതാണ് ഈ ശ്ലോകം. ദൈവത്തിന്റെയും മുകളിൽ ബ്രാഹ്മണനെ പ്രതിഷ്ഠിക്കുന്ന ഈ ശ്ലോകം. കേരളത്തിലെല്ലാമുള്ള ക്ഷേത്രങ്ങളിൽ ഇന്നും കാര്യ ങ്ങൾ ഇങ്ങനെയാണ്. അവരുടെ കണ്ണിൽ ദൈവത്തിന് സ്വന്തമായി ശക്തിയില്ല. ബ്രാഹ്മണൻ മന്ത്രങ്ങൾ ചൊല്ലി ചൈതന്യത്തെ ഉജ്ജ്വലി പ്പിക്കുകയാണ്. അതുകൊണ്ടാണ് ഇടയ്ക്ക് ദേവ ചൈതന്യം നഷ്ടമായി എന്നൊക്കെ പറയുന്നത്. ഇത് ഉണ്ടാക്കാൻ കഴിയുന്ന ഒരാളാണ് ബ്രാഹ്മണൻ. അതുകൊണ്ട് അയാളാണ് എന്റെ ദൈവമെന്ന് ഒരാൾ വിചാരിച്ചു പോയാൽ കുറ്റം പറയാൻ പറ്റില്ല.

ഈ ബ്രാഹ്മണാധികാരത്തെയാണ് ഗുരു വെല്ലുവിളിച്ചത്. ഒരു കാലത്ത് ദേവഹിതങ്ങളൊക്കെ നിശ്ചയിച്ചത് ബ്രാഹ്മണരാണ്. ഇണ്ടൻ തിരുത്തി നമ്പ്യാതിരി ഗാന്ധിജിയുമായി നടത്തിയ കൂടി ക്കാഴ്ച ഓർക്കുക. അവർണർ അനുഭവിക്കുന്നത് അവരുടെ പൂർവ പാപങ്ങൾക്ക് ശിക്ഷയാണെന്നും അവരുടെ കർമങ്ങളുടെ ഫലമായി അവർ സമ്പാദിച്ചിട്ടുള്ള ശിക്ഷകൾ നൽകുവാൻ ഈശ്വരൻ നമ്മെ അദ്ദേഹത്തിന്റെ ഉപകരണമായി ഉപയോഗിക്കുകയാണെന്നും അയാൾ ഗാന്ധിജിയോട് വാദിച്ചു. 'ദീർഘകാലമായി ഞങ്ങൾക്ക് ലഭിച്ചിട്ടുള്ള അവകാശങ്ങളെ അപഹരിക്കുന്നതിനുള്ള ഉദ്യമ ത്തിൽ നിന്നും അവർണരെ തടയണമെന്ന് മഹാത്മജി, ഞങ്ങൾ അങ്ങയോട് അഭ്യർഥിക്കുന്നു." മറ്റൊരു മനുഷ്യനെ ചൂഷണം ചെയ്യാന ുള്ള അവകാശം തങ്ങൾക്കുണ്ടെന്ന് ആത്മാർഥമായി വിശ്വസിക്കുന്ന ഇണ്ടൻ ഇരിത്തിമാരെ സൃഷ്ടിച്ച ഒരു മതബോധമുണ്ട്. ഇന്നും ക്ഷേ ത്രങ്ങളുടെയെല്ലാം തത്വശാസ്ത്രം അവർണ വിരുദ്ധമാണ്. അവന്റെ ദർശം കൊണ്ടും സ്പർശം കൊണ്ടും ഉണ്ടാക്കുന്ന ചൈതന്യദോഷങ്ങൾ മന്ത്രം കൊണ്ട് പരിഹരിച്ചുകൊണ്ടു പോകുന്നത് ബ്രാഹ്മണരാണ്. ഈയൊരു തത്വശാസ്ത്രത്തെയാണ് നാരായണഗുരു ചോദ്യം ചെയ്തത്. പണ്ഡിതനായ മണന്തല നീലകണ്ഠൻ മൂസതിനോട് 'ശരി, ആ ശാസ്ത ങ്ങളെല്ലാം സമ്മതിക്കാം. പക്ഷേ നാം ഇവിടെ ഈഴവ ശിവനെ– തീയ ശിവനെ– ആണല്ലോ പ്രതിഷ്ഠിക്കുന്നത്? അതു പാടില്ലെന്ന് ആ ശാസ്ത്രങ്ങളിലെങ്ങാൻ പണ്ഡിതന്മാർ കണ്ടുവോ? എന്ന ഗുരു ചോദിച്ചതും മൂസതിന് മറുപടി ഉണ്ടായില്ല.

ബ്രാഹ്മണ അധികാരത്തിന് നേരെ ഗുരു ഉയർത്തിയ ഈ വിമർശനം നവോത്ഥാനത്തിന് മുന്നോട്ടു കൊണ്ടു പോകാൻ

കഴിഞ്ഞില്ല. അതിനാൽ ഗുരു സ്ഥാപിച്ച ക്ഷേത്രങ്ങൾ പോല്യം ഇന്ന് പ്രവർത്തിക്കുന്നത് ബ്രാഹ്മണികയുക്തിയിലാണ്. ക്ഷേത്രത്തിൽ എല്ലാറ്റിന്റെയും പരമാധികാരം ഇന്നും തന്ത്രിയ്ക്കാണ്. അമ്പലത്തിൽ സ്ത്രീകൾക്ക് ചുരിദാർ ധരിക്കുന്നതിനെ സംബന്ധിച്ചായാല്യം ശബരി മലയിലെ സ്ത്രീ പ്രവേശനത്തെ സംബന്ധിച്ചായാല്യം ഒക്കെ തീരു മാനിക്കേണ്ടത് തന്ത്രിയാണ്. മന്ത്രിയ്ക്കതിൽ കാര്യമില്ലെന്ന് ഭക്ത ജനങ്ങൾ ആക്രോശിക്കുന്നു. എന്നാൽ കാര്യങ്ങൾ ഒക്കെ തന്ത്രിയാ യിരുന്നു തീരുമാനിച്ചിരുന്നതെങ്കിൽ ഇത് പറയാൻ ക്ഷേത്രത്തിൽ ഇന്ന് ബഹുഭൂരിപക്ഷവും ഉണ്ടാകുമായിരുന്നില്ല എന്നത് കേരളം മറന്നിരിക്കുന്നു.

ആധുനിക സമൂഹത്തിൽ മനുഷ്യർ ഇടപെടുന്ന ഒരു പൊതു ഇടമായി ക്ഷേത്രം മാറണമെന്ന് ഗുരു ആഗ്രഹിച്ചിരുന്നു. ക്ഷേത്രത്തെ ക്കുറിച്ചുള്ള ഗുരുവിന്റെ സങ്കല്പങ്ങൾ എന്തായാല്യം ഇന്ന് പുലരുന്ന തരത്തില്യുള്ളതല്ല. അതിന്റെ വരേണ്യതയും താന്ത്രിക അനുഷ്ഠാന ങ്ങളും ഇന്നു ജനവിരുദ്ധമായ ഒരു പ്രത്യയ ശാസ്ത്രത്തിലാണ് അധിഷ്ഠി തമായിരിക്കുന്നത്. നാരായണഗുരു ഏറ്റവും പ്രാധാന്യം നൽകിയത് അറിവിനാണ്. ഈ അറിവ് ഓരോ വ്യക്തിയില്യം ഉണ്ടാകും വിധം അവന്റെ ഭൗതികവും ആത്മീയവ്യമായ വളർച്ചയ്ക്ക് സഹായകമാകുന്ന താകണം ക്ഷേത്രം. ഈ തിരിച്ചറിവിന്റെ ഒട്ടവിലാണ് ഗുരുവിന്റെ പ്രതിഷ്ഠകൾ അവസാനകാലത്തേയ്ക്ക് അതിലേയ്ക്ക് നീങ്ങുന്നതു കാണാം. തത്വമസി എന്ന തത്വമാണ് കണ്ണാടി പ്രതിഷ്ഠയില്യൂടെ ഗുരു അർഥമാക്കിയത്. മുരുക്കും പുഴയിൽ ഗുരു വിഗ്രഹത്തിനു പകരം തത്വം എഴുതിവെക്കുകയാണ് ചെയ്തത്. സത്യം, ധർമം, ദയ, ശാന്തി എന്നെഴുതിയ തകിടാണ് പ്രതിഷ്ഠിച്ചത്. കാരമുക്കിൽ ഗുരു ഒരു നില വിളക്കാണ് പ്രതിഷ്ഠിച്ചത്. ക്ഷേത്രത്തെക്കുറിച്ച് ഗുരുവിന്റെ സങ്കൽ പ്പങ്ങൾ അനുസ്യൂതമായ രീതിയിൽ തന്നെയായിരുന്നു അദ്ദേഹം അതിനെ കണ്ടിരുന്നത്. എന്നാൽ പിൽക്കാല സമൂഹം അതിനെ ആ നിലയിൽ മുന്നോട്ടു കൊണ്ടുപോയോ എന്നത് സംശയമാണ്.

●

ശ്രീ ശങ്കരനും
ശ്രീ നാരായണനും

ഭാരതീയമായ ഷഡ്ദർശനങ്ങളിൽ അവസാനത്തേതാണ് ഉത്തരമീമാംസ എന്ന വേദാന്തം. കപിലമഹർഷിയുടെ സാംഖ്യം, ഗൗതമ മഹർഷിയുടെ ന്യായം, കണാദന്റെ വൈശേഷികം, പതജ്ഞലിയുടെ യോഗം, ജൈമിനിയുടെ പൂർവമീമാംസ, ബാദരായണന്റെ ഉത്തരമീമാംസ ഇവയാണ് ഷഡ്ദർശനങ്ങൾ. ബാദരായണന്റെ ബ്രഹ്മസൂത്രങ്ങളിലാണ് വേദാന്ത ചിന്ത സൂത്രരൂപത്തിൽ ഒളിച്ചിരിക്കുന്നത്. ബാദരായണൻ വേദവ്യാസൻ തന്നെയാണെന്ന ഒരു അഭിപ്രായമുണ്ട്. ബാദരായണന്റെ ബ്രഹ്മസൂത്രത്തിന് ശ്രീശങ്കരൻ നൽകിയ വ്യാഖ്യാനങ്ങളാണ് നമുക്കിന്ന ലഭിക്കുന്നത്. വ്യാഖ്യാനത്തിൽ നിന്നുവേണം മൂല സൂത്രത്തെ അറിയാൻ.

ഒമ്പതാം നൂറ്റാണ്ടിൽ ജീവിച്ചിരുന്ന ശ്രീ ശങ്കരാചാര്യർ ആണ് അദ്വൈത വേദാന്തത്തെ ഒരു തത്ത്വചിന്ത എന്ന നിലയിൽ ശക്തമായി വാദിച്ചുറപ്പിക്കുന്നത്. ഇന്ത്യൻ ദാർശനിക രംഗത്ത് ശങ്കരന്റെ അദ്വൈത വാദം ആശയവാദ ദർശനത്തിന്റെ മികച്ച മാതൃകയാണ്. അദ്വൈതം എന്നതിന് രണ്ടല്ലാത്തത് എന്നർഥം. രണ്ടല്ല എന്നതിന് ഒന്ന് എന്നാണ് അർഥമാക്കുന്നത്. സൃഷ്ടാവും സൃഷ്ടിയും ഒന്നാണെന്ന് അദ്വൈതം പറയുന്നു. ദൈത ചിന്ത സ്രഷ്ടാവിനെയും സൃഷ്ടിയെയും രണ്ടായി കാണുന്നു. ഉദാഹരണമായി ഇസ്ലാം. അവിടെ സൃഷ്ടാവും അവന്റെ സൃഷ്ടിയും ഉണ്ട്. അതു രണ്ടും ഒന്നെന്ന പറയുന്നത് ഏറ്റവും വലിയ ദൈവനിന്ദയാണ്. നീയല്ലേ സൃഷ്ടിയും സ്രഷ്ടാവായയും സൃഷ്ടിജാലവും/ നീയല്ലോ ദൈവമേ സൃഷ്ടിക്കുള്ള സാമഗ്രിയായയും

എന്ന ദൈവ ദശകത്തിൽ നാരായണഗുരു പറയുന്നത് അദ്വൈത ചിന്തയാണ്.

ബ്രഹ്മസത്യം ജഗത് മിഥ്യ എന്നതാണ്. അദ്വൈതത്തിന്റെ പ്രധാന സിദ്ധാന്തം ഇന്ദ്രിയങ്ങൾ കൊണ്ട് നാമറിയുന്ന ഈ കാണാകുന്ന പ്രപഞ്ചം സത്യമല്ല. സത്യമായിട്ടുള്ളത് ബ്രഹ്മം മാത്രമാണ്. ബ്രഹ്മം സത്യമാണോ എന്നത് അവിടെയിരിക്കട്ടെ. നാം കാണുന്ന, അറിയുന്ന, അനുഭവിക്കുന്ന ഈ ദൃശ്യപ്രപഞ്ചം സത്യമല്ല എന്നു പറയുമ്പോൾ ആർക്കും ഒന്നു കണ്ണതള്ളില്ലേ. തീർച്ചയായും അപ്പോൾ പ്രപഞ്ചം മിഥ്യയെന്നു പറഞ്ഞതിന് വ്യാഖ്യാനം വേണം. മിഥ്യാ എന്നു പറഞ്ഞാൽ ഇല്ലാത്തത് എന്നൊന്നും അർഥമെടുക്ക രുത്. മിഥ്യ എന്നു പറഞ്ഞാൽ പാരമാർഥികസത്യം അല്ലാത്തത്, ആത്യന്തിക സത്യം അല്ലാത്തത് എന്നാണർഥമാക്കുന്നത്. പ്രപഞ്ചം വ്യാവഹാരിക സത്യമാണ്. തന്റെ അദ്വൈത ദർശന സ്ഥാപനത്തി നിടയിൽ ശങ്കരൻ കാണിക്കുന്ന താർക്കിക യുക്തികൾ ആരെയും അത്ഭുതപ്പെടുത്തും. താർക്കിക സാമർഥ്യത്തിന്റെ നിസ്തുലമായ മാതൃകയാണ് ശങ്കരൻ. അദ്ദേഹത്തോട് വിയോജിക്കുന്നവർ പോലും ശങ്കരന്റെ വാദാവതരണങ്ങളുടെ അന്യാദൃശ്യ സൗന്ദര്യത്തെ അംഗീ കരിക്കാതിരിക്കില്ല. ഇന്ത്യൻ ആശയവാദത്തിന് ശങ്കരൻ നൽകിയ സംഭാവനകൾ മൗലികങ്ങളാണ്. എല്ലാ പഴുതുകളും അടച്ച് തന്റെ ദർശനത്തിൽ ഉറച്ച നിൽക്കുന്ന ശങ്കരൻ പ്രപഞ്ചത്തെ നിഷേധിക്കുക യും ബ്രഹ്മം മാത്രം സത്യമാണെന്ന് സ്ഥാപിച്ചെടുക്കുകയും ചെയ്യുന്നു.

പഞ്ചേന്ദ്രിയങ്ങൾ കൊണ്ട് നാമറിയുന്ന ലോകം വാസ്തവമല്ലെന്നും ലോകം ഉണ്ടെന്ന് നമുക്ക തോന്നുന്നത് നമ്മുടെ അജ്ഞാനം കൊണ്ടാ ണെന്നും ജ്ഞാനം ഉണ്ടാകുന്നതോടെ ലോകം മായയാണെന്ന് തിരിച്ചറിയുകയും ബ്രഹ്മം മാത്രമാണ് സത്യമെന്ന് ബോധ്യപ്പെടുകയും ചെയ്യും. ഇതാണ് അദ്വൈത വാദത്തിന്റെ ചുരുക്കം.

ഈ പ്രപഞ്ചത്തിനു മുഴുവൻ ആധാരമായ പരം പൊരുളാണ് ബ്രഹ്മം. അത് ബ്രഹ്മവിഷ്ണു ശിവന്മാർക്കുപോലും ഉപാസ്യമായ താണ്. അത് ഒന്നിനെയും ഉപാസിക്കുന്നില്ല. അദ്വൈതം പൊതുവെ നിർഗുണമായ ബ്രഹ്മത്തെയാണ് പ്രപഞ്ചത്തിന്റെ ആധാരമായി കണക്കാക്കുന്നത്. എന്നാൽ സഗുണബ്രഹ്മത്തെ ആരാധിക്കുന്നവരും ഉണ്ട്. പ്രപഞ്ചത്തെ നിയന്ത്രിക്കുന്ന ഒരു ശക്തിയായി ബ്രഹ്മത്തെ കാണുമ്പോൾ അത് ഒരു തരത്തിലുള്ള ഈശ്വരൻ തന്നെയാണ്.

ആധുനിക സയൻസിന്റെ കണ്ടുപിടുത്തത്തോടെ ബാഹ്യമായ ഒരു ദൈവത്തിന്റെ സൃഷ്ടിയാണ് പ്രപഞ്ചം എന്ന് വിശദീകരിക്കാൻ പ്രയാസമായതോടെ ബ്രഹ്മ വ്യാഖ്യാനം പാദാർത്ഥത്തിനകത്തായി. അഹം ബ്രഹ്മാസ്മി, തത്ത്വമസി എന്നീ വാക്യങ്ങൾ ഈശ്വരൻ പുറത്തല്ലെന്നും പ്രപഞ്ചത്തിനകത്താണെന്നും ആയി. ഇപ്പോൾ പുതിയ ബ്രഹ്മ വ്യാഖ്യാതാക്കൾ പ്രപഞ്ചത്തിന്റെ ആധാരമായ ഒരു ശക്തിയെ പുറത്തു തന്നെ കാണാൻ തുടങ്ങിയിട്ടുണ്ട്.

ശങ്കരന്റെ വാദമനുസരിച്ച് നിത്യവും ശുദ്ധവും ബുദ്ധവും മുക്തവും സർവജ്ഞവും സർവശക്തവുമായ ബ്രഹ്മം ഉണ്ട്. ഇവിടെ ബ്രഹ്മം കാരണവും ജഗത് കാര്യവുമാണ്. അപ്പോൾ രണ്ടും ഉണ്ട്. ബ്രഹ്മം ഉണ്ട് എന്ന് ശങ്കരൻ സ്ഥാപിക്കുന്നത് ചില പ്രമാണങ്ങളുടെ അടിസ്ഥാനത്തിലാണ്. ഉപനിഷത്തുക്കളെയും സാമൂഹ്യവിഷയമായ കാര്യങ്ങൾ വരുമ്പോൾ മനുസ്മൃതിയെ പോലും ശങ്കരൻ പ്രമാണമാക്കുന്നു. ജഗത് മായയുടെ ഫലമായ ഒരു പ്രതീതി മാത്രമാണ് യാഥാർഥ്യമല്ല. ബ്രഹ്മത്തിൽ നിന്ന് വ്യതിരിക്തമായി മറ്റ യാതൊന്നും നിലനിൽക്കാൻ കഴിയില്ല. അപ്പോൾ നിത്യവും അനാദിയും അനശ്വരവും കേവലവും അമൂർത്തവുമായ ബ്രഹ്മം മാത്രമാണ് യാഥാർത്ഥ്യം. മറ്റൊരു യാഥാർഥ്യവുമില്ല. അത് അദ്വൈതമാണ്. അസ്തിത്വത്തിന്റെ ആകെ തുകയാണിത്. ജഗത്തിൽ എന്തെല്ലാം നിലനിൽക്കുന്നവോ അതെല്ലാം ബ്രഹ്മമാണ്. ജഗത് മാത്രമല്ല ആത്മാവും ബ്രഹ്മമാണ്. ഞാൻ ബ്രഹ്മമാണ്. നീയും ബ്രഹ്മമാണ്.

മനുഷ്യാത്മാവും പരമാത്മാവും തമ്മിലുള്ള ദ്വൈതത്തെ ശങ്കരൻ നിഷേധിക്കുന്നു. ജീവാത്മാവിനു ബ്രഹ്മത്തിൽ നിന്നും വിഭിന്നമായ അസ്തിത്വമില്ല. ബ്രഹ്മം മാത്രമെയുള്ള രണ്ടാമതൊന്നില്ല. അതാണ് പരമമായ സത്യം. അങ്ങനെ ശങ്കരൻ വസ്തുനിഷ്ഠ പ്രപഞ്ചം വെറും മിഥ്യയാണെന്നും ബ്രഹ്മം മാത്രമാണ് യാഥാർഥ്യമെന്നും പറയുന്നു. മറുഭാഗത്ത് നിലനിൽക്കുന്നതെല്ലാം ബ്രഹ്മമാണെന്നും പറയുന്നു. ഈ പ്രസ്താവനകൾ പരസ്പര വിരുദ്ധമല്ലേ?

എന്നാൽ ഇതിലൊന്നും അദ്ദേഹം വൈരുധ്യം കാണുന്നില്ല. കെ. ദാമോദരൻ എഴുതുന്നു. "ശങ്കരൻ ഒരു ഭാഗത്ത് ബ്രഹ്മം മാത്രമാണ് സത്യം എന്നും വിവിധങ്ങളും സചേതനാ ചേതനങ്ങളമായ ചരാചരങ്ങളോടു കൂടിയ ജഗത്ത് മിഥ്യയാണെന്നും ഉറപ്പിച്ചു പറയുന്നു. മറുഭാഗത്ത് ബാഹ്യലോകം നിലനിൽക്കുന്നു എന്നും വസ്തു

നിഷ്ഠങ്ങളായ ബാഹ്യയാഥാർഥ്യങ്ങളെ വെറും ആശയങ്ങൾക്കുള്ളിൽ ഒതുക്കി നിർത്താൻ പാടില്ലെന്നും വാദിക്കുന്നു. ബ്രഹ്മം മാത്രമെ സത്യമായിട്ടുള്ളൂ എന്നും പ്രഖ്യാപിക്കുന്നു. അതേ സമയത്തു തന്നെ മനുഷ്യനുൾപ്പെടെയുള്ള നാമ രൂപങ്ങളോടു കൂടിയ ബാഹ്യലോകം യാഥാർഥ്യമാണ് എന്നു വാദിക്കാൻ കഴിയുന്നതെങ്ങനെയാണ്? ജീവാത്മാവും പരമാത്മാവും തമ്മിൽ യാതൊരു ദ്വൈത ഭാവവുമില്ല എന്ന് ഉറപ്പിച്ചു പറയുന്നതെങ്ങനെയാണ്. ജീവാത്മാവിനു പല പരിമിതികളുമുണ്ട്. ബ്രഹ്മത്തിന് യാതൊരു പരിമിതിയുമില്ല. ജീവാ ത്മാവിന് സ്വാഭാവങ്ങളും ഗുണങ്ങളുമുണ്ട്. ബ്രഹ്മം നിർഗുണമാണ്. ജീവാത്മാവ് അനിത്യവും ബ്രഹ്മം നിത്യവും അനശ്വരവുമാണ്." ഒരു ഭാഗത്ത് സർവം ഖല്വിദം ബ്രഹ്മഃ എന്നു പറയുക. മറുഭാഗത്ത് ലോകം മിഥ്യയാണെന്നു പറയുക.

ഇതിനൊക്കെ ശങ്കരന് മറുപടിയുണ്ട്. വാദമായിരുന്നല്ലോ ശങ്കരന്റെ പ്രധാന ആയുധം. ഇവിടെയാണ് അധ്യാസം എന്നൊരു കൽപ്പന കൊണ്ടു വരുന്നത്. ഒന്നിന്റെ പ്രതീതി മറ്റൊന്നിൽ ആരോ പിക്കലാണ് അധ്യാസം. ഇതിന് ശങ്കരൻ കൊണ്ടു വരുന്നത് പാമ്പും കയറും തമ്മിലുള്ള ബന്ധത്തിന്റെ ഉദാഹരണമാണ്. സന്ധ്യാസമയ ത്ത് കയറുകാണുമ്പോൾ ചിലപ്പോൾ പാമ്പിനെ കയറെന്നു തെറ്റി ദ്ധരിക്കാം. തെറ്റിദ്ധരിക്കുമ്പോൾ കയറില്ല. പാമ്പേയുള്ളൂ. എന്നാൽ യഥാർഥ ജ്ഞാനമുണ്ടാകുമ്പോൾ കയറു മാത്രമേയുള്ളൂ. അതുപോലെ യഥാർഥത്തിൽ ഉള്ളത് ബ്രഹ്മം മാത്രമാണ്. അജ്ഞാനം കൊണ്ട് നാം അതിനെ ജഗത്തായി അറിയുന്നു. ഇതിനെയാണ് ശങ്കരൻ മായ എന്നു വിളിച്ചത്. മായ എന്നത് ശൂന്യതയോ ഒന്നുമില്ലായ്മയോ അല്ല. മിഥ്യാജ്ഞാനം, അജ്ഞാനം, അവിദ്യ മുതലായവയുടെ പര്യായ ശബ്ദമായിട്ടാണ് മായ എന്ന് ഇവിടെ പ്രയോഗിക്കുന്നത്. മായയിൽ കുടുങ്ങിക്കിടക്കുന്നവർ ബ്രഹ്മത്തിന്റെ സ്ഥാനത്ത് നാനാ വിധമായ ജഗത്തിനെ അറിയുന്നു. കെ. ദാമോദർ എഴുതുന്നു. "ലോകം മായയാണ് എന്നു പറയുമ്പോൾ അതു തികച്ചും അയഥാർഥമാണ് എന്നല്ല ശങ്കരൻ ഉദേശിക്കുന്നത്. ബ്രഹ്മത്തിന്റെ ഭാഗത്ത് നിന്നു നോക്കുമ്പോൾ മായ തുച്ഛമാണ്. യുക്തിയുടെ ഭാഗത്തു നിന്നു നോക്കു മ്പോൾ അത് അനിർവ്വചനീയമാണ്. ലൗകിക ജീവിതത്തിന്റെ ഭാഗത്തു നിന്നു നോക്കുമ്പോൾ അത് വാസ്തവമാണ്. ഇതാണ് ചുരു ക്കത്തിൽ ശങ്കരന്റെ സുപ്രസിദ്ധമായ മായാവാദം."

സത്യത്തെ ശങ്കരൻ വ്യാവഹാരിക സത്യമെന്നും പാരമാർഥിക സത്യമെന്നും വേർതിരിക്കുന്നു. പ്രപഞ്ചം വ്യാവഹാരിക സത്യമാണ്. എന്നാൽ പാരമാർഥിക സത്യമല്ല. പാരമാർഥിക സത്യം ബ്രഹ്മമാണ്. ഭാരതത്തിൽ നിലനിന്നിരുന്ന എല്ലാ ഭൗതികവാദ ദർശനങ്ങളെയും നിലം പരിശാക്കി വേദാന്തദർശനത്തെ അറിവിന്റെ സർവജ്ഞ പീഠത്തിലേയ്ക്ക് ഉയർത്തിയത് ബൗദ്ധികമായ മികവ് മാത്രമല്ല. യുക്തിയേക്കാൾ ഉപരിവർഗ താൽപര്യസംരക്ഷണമാണ് ശങ്കരന്റെ വിജയങ്ങൾക്ക് കാരണം. ബ്രഹ്മം സത്യമാണ് എന്നതിന്റെ പ്രമാണം വേദമാണ്. ശൂദ്രന് അക്ഷരം നിഷേധിക്കുന്നതിന് പ്രമാണം മനുസ്മൃതിയാണ്. ദാർശനികനായ ശങ്കരൻ ധർമശാസ്ത്രകാരനായ മനുവിനെ കൂട്ടുപിടിച്ച വാദങ്ങൾ സമർഥിക്കുന്നതിനെ ദേവീപ്രസാദ് ചതോപാ ധ്യായ വിമർശിക്കുന്നുണ്ട്.

ശങ്കരൻ ദർശനത്തിന്റെ ലോകത്ത് പരമമായ ഏകത്വത്തിന്റെയും പ്രായോഗികതയുടെ ലോകത്ത് ഫ്യൂഡൽ ജാതിചിന്തകളുടെയും സംര ക്ഷകനായി. ഞാനും നീയും തമ്മിൽ ഒരു വ്യത്യാസവുമില്ല. അഹം ബ്രഹ്മാസ്മി, തത്ത്വമസി, ഞാനും ബ്രഹ്മമാണ് അതുപോലെ നീയും ബ്രഹ്മമാണ്. ജീവാത്മാവും പരമാത്മാവും ഒന്നാണ്. എല്ലാ ഭേദങ്ങളും ഇല്ലാതാകുന്നു. എന്നാൽ പ്രായോഗിക തലത്തിൽ ശങ്കരൻ ജാതി വ്യവസ്ഥ, വൈദിക കർമങ്ങൾ, സാമൂഹ്യാചാരങ്ങൾ ഇവയെല്ലാം അതേപടി നിലനിർത്തണമെന്ന് ആഗ്രഹിച്ചു. കാരണം അവയെല്ലാം വ്യാവഹാരിക സത്യങ്ങളാണ്. വേദാധ്യയനത്തിന് അധികാരം ഉയർന്ന ജാതിക്കാർക്ക് മാത്രമേ പാട്ടുള്ളൂ- എന്നതിനെ അദ്ദേഹം ശരിവെച്ചു. ശൂദ്രന്മാരുടെ അധഃസ്ഥിതിയ്ക്ക് സ്മൃതികളുടെ അംഗീകാര മുണ്ട്. ശൂദ്രന് അക്ഷരവിദ്യ നിഷേധിച്ചുകൊണ്ട് ബ്രഹ്മ സൂത്രഭാഷ്യ ത്തിൽ ശങ്കരൻ എഴുതുന്നു. "ശൂദ്രന് അധികാരമില്ല. എന്തുകൊണ്ടെ ന്നാൽ അവന് വേദാധ്യയനമില്ല. വേദാധ്യായനം ചെയ്ത് വേദാർഥ ഗ്രഹിച്ചവന് മാത്രമേ വേദങ്ങൾക്ക് അധികാരമുള്ളൂ. വേദാധ്യായനം ഉപനയനത്തിന ശേഷം മാത്രമെ പാട്ടുള്ളൂ. ഉപനയനമാണെങ്കിൽ ത്രൈവർണികർക്ക് (ബ്രാഹ്മണർ, ക്ഷത്രിയർ, വൈശ്യർ) മാത്രമെ വിധിച്ചിട്ടുള്ളതാനം. അതുകൊണ്ട് ശൂദ്രന് വേദാധ്യായത്തിന് അധികാരമില്ല. ശൂദ്രന് വേദശ്രവണവും വേദാധ്യയനവും വൈദാർ ഥജ്ഞാനവും വേദാനഷ്ഠാനവും നിഷിദ്ധങ്ങളാണെന്ന് സ്മൃതിയില്യുണ്ട്. വേദശ്രവണ നിഷേധം ഇപ്രകാരമാണ്. വേദം ശ്രവിക്കുന്ന ശൂദ്രന്റെ

ചെവിയിൽ ഈയവും അരക്കും ഉരുക്കി ഒഴിച്ച് നിറയ്ക്കണം. അവന്റെ സമീപത്തിൽ വെച്ച് വേദാധ്യായനം പാടില്ല. ഇതിൽ നിന്ന് വേദ പഠനവും നിഷിദ്ധമാണെന്നു വരുന്നു. ആരുടെ സമീപനത്തിലാണോ അധ്യായനം പോലും നിഷിദ്ധം, അവൻ കേൾക്കാത്തത് പഠിക്ക നതെങ്ങനെ? വേദമുച്ചരിക്കുന്ന ശൂദ്രന്റെ നാവറുക്കാമെന്നും വേദം ധരിക്കുന്ന ശൂദ്രന്റെ ശരീരം ഛേദിച്ചകളയാമെന്നും ഉണ്ട്. ഇതിൽ നിന്ന് തന്നെ ശൂദ്രൻ വേദാർഥം അറിയരുതെന്നും അനുഷ്ഠിക്കര തെന്നും സിദ്ധിക്കുന്നു."

ജീർണമായ ഒരു സാമൂഹ്യവ്യവസ്ഥയെ സംരക്ഷിക്കുന്ന പടച്ചട്ട യായി ശങ്കരന്റെ വേദാന്തം മാറി. തത്വചിന്തയുടെ ഗിരിശൃംഗമായി ശങ്കരനെ കാണുന്നവർ ഇവിടെയുള്ള അധഃസ്ഥിത ജീവിതങ്ങളോട് ശങ്കരൻ കാണിച്ച ദയാശൂന്യത തിരിച്ചറിയുന്നില്ല.

അദ്വൈത വേദാന്തം ശ്രീനാരായണനിൽ എത്തുമ്പോൾ അത് സമൂഹത്തിന്റെ ജഡതയെ അലിയിച്ച് മറ്റൊന്നിലേയ്ക്ക് പരിവർത്തിക്ക നതിനുള്ള ഊർജ്ജ പ്രവാഹമായി മാറി. ശ്രീനാരായണന്റെയും ശ്രീ ശങ്കരന്റെയും അദ്വൈതങ്ങൾ തമ്മിൽ പേരിൽ മാത്രമാണ് സാമ്യമു ള്ളത്. ശങ്കരന്റെ മതം തന്നെയാണ് നമ്മുടേത് എന്ന് നാരായണഗുരു പറഞ്ഞിട്ടുണ്ട്. അദ്വൈത വേദാന്തം എന്ന ദാർശനിക ചിന്തയാണ് ഗുരുവും പുലർത്തുന്നത്. എന്നാൽ അതിൽ നിന്ന് ഇരുവരും മനസ്സി ലാക്കിയതും പ്രയോഗിച്ചതും തികച്ചും വ്യത്യസ്തമാണ്.

ശ്രീ ശങ്കരൻ എല്ലാവരെയും വാദിച്ച് തോൽപ്പിക്കുകയും സ്വയം ജയിക്കുകയുമായിരുന്നു. എന്നാൽ ശ്രീനാരായണഗുരു പറഞ്ഞത് വാദിക്കാനും ജയിക്കാനുമല്ല, അറിയാനും അറിയിക്കാനുമാണെ ന്നാണ്. തർക്കങ്ങളിൽ ഏർപ്പെട്ടപ്പോൾ പോലും ഗുരുവിന്റെ സമീപനം ഇതായിരുന്നു. ആരെയെങ്കിലും തോൽപ്പിച്ച കളയാം എന്ന വ്യാമോഹമൊന്നും ഗുരു പുലർത്തിയില്ല. മറ്റുള്ളവരെ ബോധ്യ പ്പെടുത്താനായിരുന്നു അദ്ദേഹം ശ്രമിച്ചത്. ഇല്ലെങ്കിൽ അദ്ദേഹം കലഹിക്കാനൊന്നും പോയില്ല. സ്നേഹപൂർവ്വം നിശബ്ദനാകാൻ അദ്ദേഹത്തിനു കഴിഞ്ഞിരുന്നു.

അദ്വൈതി എന്ന നിലയിൽ ഗുരു എല്ലാത്തിനെയും ദർശനത്തി ലൂടെ കാണാൻ ശ്രമിച്ചിരുന്നു. അദ്വൈത ചിന്തയുടെ വിപ്ലവകരമായ പ്രയോഗമായിരുന്നു അദ്ദേഹത്തിന്റേത്. എല്ലാം ബ്രഹ്മമായതുകൊണ്ട് ജാതി മതചിന്തകൾ അനാവശ്യമാണെന്ന് ഗുരു കരുതി. അതുകൊണ്ട്

തന്റെ ചിന്തയിലൂടെ കഴിയുന്നത്ര മനുഷ്യാത്മാക്കൾക്ക് ആശ്വാസം പകരാൻ ശ്രമിച്ചു. ജാതി, മതം, രാഷ്ട്രം ഉടങ്ങിയ എല്ലാ വിഭജന ചിന്തകൾക്കും അതീതമായിരുന്ന അദ്ദേഹത്തിന്റെ കാഴ്ചപ്പാട്.

അദ്വൈത ചിന്തയുടെ അമൃതപ്രസരം ഉള്ളിൽ ഉള്ളത് കൊണ്ടാണ് അദ്ദേഹത്തിന് ഭൗതിക ലോകത്തുള്ള വിഭജനങ്ങളെ അപ്രസക്തമെ ന്നു കരുതാൻ കഴിഞ്ഞത്. 1888-ൽ തന്നെ ജാതി ഭേദം, മതദ്വേഷം ഇവയെല്ലാം ഒഴിവാക്കി മനുഷ്യർ ഒത്തു ചേരുന്ന ഒരിടമായി അരുവി പ്പുറത്തെ കണ്ട ഗുരുവിന് ഇതര മതങ്ങളോട് യാതൊരു വിദ്വേഷവും ഉണ്ടായിരുന്നില്ല. പലമത സാരവുമേകമെന്ന് കരുതാൻ മാത്രം അദ്വൈതിയായിരുന്ന അദ്ദേഹം. സാധാരണ ആളുകൾ സ്വന്തം മതം മാത്രം ശ്രേഷ്ഠമെന്നും കരുതുന്നു. ചിലർ സ്വമത മഹത്വഘോ ഷണത്തോടൊപ്പം അന്യമതദൂഷണവും ചെയ്യുന്നു. വേദാന്തം ഒരു ശാസ്ത്രമാണ്. അത് അന്വേഷിക്കുന്നത് അറിയപ്പെടുന്ന ലോകത്തെ യല്ല. അറിയുന്നവനെയാണ്. വേദാന്തം ഒരു തത്വമായി ധരിച്ചവനല്ല, ആനുഭവികമായി സാക്ഷാത്ക്കരിച്ച ആളാണ് ശ്രീനാരായണഗുരു. ശ്രീ ശങ്കരൻ അദ്വൈത വാദി മാത്രമായിരുന്നു. എന്നാൽ വാദത്തിനു പുറത്ത് അദ്ദേഹം ഒരു ദ്വൈതിയായിരുന്നു. ശ്രീനാരായണഗുരുവാക ട്ടെ അദ്വൈത ദർശിയായിരുന്നു. അവനെന്നും ഇവനെന്നും അറിയു ന്നത് ഒരോ ആത്മ തത്വമാണെന്ന് ഗ്രഹിച്ച ജ്ഞാന തപസി.

ശങ്കരൻ തന്റെ വേദാന്ത കൃതികളെല്ലാം സംസ്കൃതത്തിലാണ് രചിച്ചത്. നാരായണഗുരു കൂടുതലും മാതൃഭാഷയിൽ തന്നെയാണ് ആവിഷ്കരിച്ചത്. അനുഭവങ്ങളുടെ ആഴവും ഈട്ടം നാരായണഗു രുവിന്റെ കൃതികൾക്കുണ്ട്. ആത്മോപദേശ ശതകവും അദ്വൈത ദീപികയും എല്ലാം അദ്ദേഹം എഴുതുന്നത് നല്ല മലയാളത്തിലാണ്. അവയൊന്നും സംസ്കൃതത്തിൽ ആവിഷ്കരിക്കപ്പെട്ട ബ്രഹ്മ ചിന്തയുടെ വിവർത്തനമായിരുന്നില്ല. സ്വാനുഭവങ്ങളുടെയും യുക്തിചിന്തയുടെയും മനനങ്ങളുടെയും ഫലമായി ഗുരുവിനുണ്ടായ അനുഭൂതികളുടെ ആവി ഷ്കാരങ്ങളായിരുന്നു.

അവനിവനെന്നറിയുന്നതൊക്കെയോർത്താ-
ലവനിയിലാദിമ മായൊരാത്മരൂപം
അവനവനാത്മസുഖത്തിന്നാചരിക്ക-
ന്നവയപരന്നു സുഖത്തിനായ് വരേണം

-ആത്മോപദേശ ശതകം.

ഈ വരികളിലൂടെ ഈ ലോകത്ത് ഇന്നു നിലനിൽക്കുന്ന എല്ലാ കാലുഷ്യങ്ങൾക്കുമുള്ള പരിഹാരമാണ് ഗുരു മുന്നോട്ടു വെക്കുന്നത്. തന്റെ തത്ത്വദർശനത്തിലൂടെ അവൻ/ ഇവൻ എന്ന ഭേദങ്ങൾ അപ്ര സക്തമാണെന്നും അതുകൊണ്ട് തന്റെ ആത്മസുഖങ്ങൾ അപരന്റെകൂടി സുഖത്തിനായി വരേണമെന്നും പറയുന്നു. ആസ്തികതയുടെ ആഴങ്ങ ളിൽ വേരോടിയ പ്രപഞ്ചവീക്ഷണമാണ് അദ്ദേഹത്തിന്റേത്. പാശ്ചാ ത്യമായ സമത്വബോധമല്ല. ഭാരതീയമായ സാഹോദര്യബോധമാണ് അദ്ദേഹത്തിന്റെ ചിന്തകളിൽ നിറയുന്നത്. പാശ്ചാത്യ യുക്തിചിന്ത അന്യനെ നരകമായി കാണുന്നു. അപരവൽക്കരിക്കുന്ന വീക്ഷണ ത്തിൽ നിന്ന് വ്യത്യസ്തമായി അപരനെ ആത്മസ്വരൂപമായി ഗുരു തിരിച്ചറിയുന്നു.

ഭാരതീയ തത്ത്വചിന്തയുടെ വിപ്ലവകരമായ ഈ സാധ്യതയെ കണ്ടെത്തി അതിനെ സാമൂഹ്യ പരിവർത്തനത്തിന്റെ അഗ്നിജ്വാല യാക്കാൻ കഴിഞ്ഞതാണ് ശ്രീനാരായണഗുരുവിന്റെ മഹത്ത്വം. ശങ്ക രനെപോലെ അദ്ദേഹം പ്രമാണങ്ങൾ വെറുതെ എടുത്ത് ഉദ്ധരിക്ക കയായിരുന്നില്ല. പ്രമാണങ്ങൾ യുക്തി ഭദ്രമല്ല എന്നു തോന്നിയാൽ അതിനെ തള്ളിക്കളായാനും അദ്ദേഹം മടികാണിച്ചില്ല. തന്റെ ദർശനത്തിലൂടെ എല്ലാത്തിനേയും നോക്കി കാണുന്നതായിരുന്നു ഗുരുവിന്റെ രീതി. ആദർശങ്ങളുമായി പൊരുത്തപ്പെടാത്തത് ഏത് പ്രമാണമായാലും പറയുന്നത് ഏത് പ്രമാണിയായാലും തള്ളാൻ അദ്ദേഹം മടികാണിച്ചില്ല. സഹോദരൻ അയ്യപ്പനുമായുള്ള ഒരു സംഭാഷണത്തിൽ ഗുരു ഇങ്ങനെ പറഞ്ഞു. "ജാതി മനുഷ്യരിൽ മൂത്തുപോയി. ശങ്കരാചാര്യരും അതിൽ തെറ്റുകാരനാണ്. ബ്രഹ്മസൂ ത്രവും ഗീതയും എഴുതിയ വ്യാസൻ തന്നെ ചാതുർവർണ്യത്തെക്ക റിച്ച് രണ്ടിടത്ത് രണ്ടുവിധം പറഞ്ഞിരിക്കുന്നു" മറ്റുള്ളവരെ വെറുതെ പ്രമാണ വാക്യമാക്കുകയായിരുന്നില്ല അദ്ദേഹം ചെയ്തത്. ഒരു തത്ത്വ ദർശനത്തിന്റെ വെളിച്ചത്തിൽ അസ്വീകാര്യമായതിനെ തള്ളാൻ അദ്ദേഹത്തിന് ഒരു മടിയും ഉണ്ടായിരുന്നില്ല.

അദ്വൈത ദർശനമാണ് പിന്തുടരുന്നത് എന്നതിന്റെ പേരിൽ ശ്രീശങ്കരന്റെ പിൻഗാമിയായി ശ്രീനാരായണനെ പ്രതിഷ്ഠിക്കാ നും അദ്ദേഹത്തിന്റെ വിസ്ഫോടനാത്മക ചിന്തയുടെ ഊർജ്ജത്തെ നിർവീര്യമാക്കാനും പരിശ്രമങ്ങൾ നടക്കുന്നു. ഒരു ഹിന്ദു സന്ന്യാസി യായും വേദാന്ത ചിന്തയുടെ പ്രചാരകൻ മാത്രമായും അദ്ദേഹത്തെ

വിലയിരുത്തുമ്പോൾ ആ ചിന്തയുടെ വ്യതിരിക്തത അറിയാതെ പോകുന്നു. ഭാരതത്തിലെ അധഃസ്ഥിതരായ കോടാനുകോടി മനുഷ്യരുടെ വിമോചനം സാധ്യമാക്കുന്ന അറിവിന്റെ വജ്രായുധമാണ് നാരായണഗുരുവിന്റെ ദർശനം. അത് മനുഷ്യവിമോചനത്തിന്റെ, അന്തഃപ്രചോദനത്തിന്റെ നിലയ്ക്കാത്ത നിർദ്ധരിയാണ്.

●

ജാതിയും നാരായണഗുരുവും

ഒരു ജാതി ഒരു മതം ഒരു ദൈവം മനുഷ്യന്

ജാതിയെ സംബന്ധിച്ചുള്ള നാരായണഗുരുവിന്റെ അഭിപ്രായ ങ്ങൾ നിസ്സന്ദേഹവും അസന്നിശ്ശവുമായിരുന്നു. ജാതിചി ന്തയുടെ നിരർഥകത തന്റെ രചനകളിലൂടെ ആദ്ദേഹം ലോകത്തെ അറിയിച്ചിട്ടുണ്ട്. ജാതി നിർണയം, ജാതി ലക്ഷണം എന്നീ രണ്ടു കൃതികളാണ് ജാതി സംബന്ധമായി ഗുരു എഴുതിയിട്ടുള്ളത് അതിൽ ജാതിയെ ഏറ്റവും ശാസ്ത്രീയവും സൈദ്ധാന്തികവുമായ തലത്തിൽ ഗുരു പഠനവിധേയമാക്കുന്നു. ജന്മം കൊണ്ടുതന്നെ ചിലർ വിശേഷ അധികാരങ്ങൾ ഉള്ളവരാണെന്നും ചിലർ അധ്വാനം അപമാനവും അവഗണനയും പേറാനുള്ളവരാണെന്നും ചാതുർവർണ്യം പോലുള്ള വ്യവസ്ഥകൾ ചൂണ്ടിക്കാട്ടുന്നു. ചില ചിന്തകർ ജാതി വ്യവസ്ഥയെ അപലപിക്കുകയും ചാതുർവർണ്യത്തെ മഹത്വവൽക്കരിക്കുകയും ചെയ്തിരിക്കുന്നു. ഉദാഹരണമായി മഹാത്മാഗാന്ധി അദ്ദേഹം ജാതിക്കെതിരെ പോരാട്ടുകയും അതേസമയം ചാതുർവർണ്യം ഒരു ദൈവികവ്യവസ്ഥയായി അംഗീകരിക്കുകയും ചെയ്തു. പിൽക്കാലത്ത് ഒരു പാട് ഹിന്ദുചിന്തകർ ചാതുർവർണ്യത്തെ ന്യായീകരിച്ച് രംഗത്ത് വന്നിട്ടുണ്ട്.

എന്നാൽ ജാതീയ അസമത്വങ്ങളുടെയും സ്പർദ്ധകളുടെയും വേരു കിടക്കുന്നത് ചാതുർവർണ്യത്തിലാണെന്ന് നാരായണഗുരു തിരി ച്ചറിഞ്ഞിരുന്നു. ചാതുർവർണ്യമെന്നത് സാമൂഹ്യമായി മനുഷ്യരെ ജന്മം കൊണ്ടുതന്നെ വിശുദ്ധരും അവിശുദ്ധരുമായി വേർതിരിക്കുന്ന

ഒരിക്കലും മറികടക്കാനാകാത്ത വിഭജനമാണ്. ബ്രാഹ്മണൻ, ക്ഷ ത്രിയൻ, വൈശ്യൻ, ശൂദ്രൻ എന്നീ വിഭജനങ്ങൾ തൊഴിൽ വിഭജനം മാത്രമായി കാണാൻ കഴിയില്ല. അത് തൊഴിലാളികളുടെ വിഭജനം കൂടിയാണ്. തൊഴിൽ എന്നതിനെ അത് സ്വഭാവജമായി പരിഗണി ക്കുന്നു. ബ്രാഹ്മണൻ സാത്വിക സ്വഭാവമുള്ളവനും ക്ഷത്രിയൻ രജോഗു ണക്കാരനുമാണ്.. ഗുണ കർമ്മങ്ങൾക്കനുസരിച്ചാണ് വർണ വിഭജനം എന്നു പറയുന്നതിലൂടെ ശൂദ്രജനതയെ താമസസ്വഭാവം ഉള്ളവരായി ചിത്രീകരിക്കുന്നു. ഈ പ്രസ്താവന എങ്ങനെയാണ് ശരിയാവുക. പൂജ ചെയ്യുന്നവൻ സാത്വികനും പട്ടാളക്കാരൻ രാജസനും മണ്ണിൽ പണിയുന്ന തൊഴിലാളി താമസനുമാണെന്നുവിധിക്കുന്നതിൽ എന്ത് യുക്തിയാണുള്ളത്. ആളുടെ തൊഴിലിനനുസരിച്ചാണ് സ്വഭാവം എന്ന യുക്തിതന്നെ ചോദ്യം ചെയ്യപ്പെടേണ്ടതല്ലേ?

ജാതിചിന്ത വളരെ മോശമാണെങ്കിലും വർണം എന്നത് ചക്ക രയാണെന്നു കരുതുന്ന നിരവധി ഹിന്ദു പണ്ഡിതന്മാരുണ്ട്. വർണം എന്നത് കുറ്റമറ്റ ഒരു സാമൂഹ്യ വ്യവസ്ഥയാണെന്ന് അവർ ആണയിട്ടും. അതിന് പിൻബലമേകാൻ മനഃശ്ശാസ്ത്രത്തെയും സാമൂഹ്യ ശാസ്ത്രത്തെ യും കൂട്ടു പിടിക്കും. വർണ വ്യവസ്ഥ ഇതൊന്നുമല്ല. അതു ശരിയായി മനസ്സിലാക്കാത്തതാണ് തെറ്റിധാരണയ്ക്ക് കാരണം. എന്നാൽ ആര് എങ്ങനെ ന്യായീകരിച്ചാലും വർണമെന്നത് മനുഷ്യനെ ജന്മത്തിന്റെ അടിസ്ഥാനത്തിൽ ഉച്ചനീചങ്ങളായി വേർതിരിക്കുന്ന മനുഷ്യത്വര ഹിതമായ വ്യവസ്ഥയാണ്. നൂറ്റാണ്ടുകളായി ഇന്ത്യയിലെ സാമൂഹ്യ ജീവിതത്തിൽ ബ്രാഹ്മണനും ക്ഷത്രിയനും ശൂദ്രനും എല്ലാം ആരെന്ന് അനുഭവങ്ങളിലൂടെ അറിയാമെങ്കിലും അവരിപ്പോഴും ബ്രാഹ്മണൻ എന്നു പറഞ്ഞാൽ ബ്രഹ്മജ്ഞാനി എന്നു വ്യാഖ്യാനിക്കും. നി രുക്തവും പാണിനീയവും വെച്ച് ബ്രാഹ്മണനെ കണ്ടെത്തുമ്പോൾ ജീവിതവും ചരിത്രവും എല്ലാം വിസ്മരിക്കും.

അനുഭവവും അനുഭാവവും തമ്മിൽ ഒരുപാട് വ്യത്യാസമുണ്ട്. ഉപ്പോളം വരില്ല ഉപ്പിലിട്ടത്. ജാതി പീഡനങ്ങളെക്കുറിച്ച് അധഃ സ്ഥിതൻ പറയുമ്പോൾ സ്വന്തം അനുഭവങ്ങളെക്കുറിച്ചാണ് അയാൾ പറയുന്നത്. അതുകൊണ്ടാണ് ജാതിയെക്കുറിച്ച് പറയുന്നത് നാരായ ണഗുരു ആയാലും അംബേദ്ക്കർ ആയാലും അനുഭവത്തിന്റെ തീച്ചൂട് അനുഭവപ്പെടുന്നത്. നേരെ മറിച്ച് ഉപരിവർഗത്തിൽപെട്ടവർക്ക് ജാതിയെ ആദർശവൽക്കരിക്കാൻ പ്രയാസമുണ്ടാവില്ല.

ജാതി ഏറ്റവും ഫലപ്രദമായി ചെറുക്കാൻ കഴിഞ്ഞത് നാരായ ണഗുരുവിനാണ്. കാരണം ഗുരു ജാതിയെ എതിർത്തത് അതിന്റെ തന്നെ യുക്തികൾ ഉപയോഗിച്ചാണ്. ഹിന്ദുമതത്തിന്റെ അടിസ്ഥാ നങ്ങൾ ഉപയോഗിച്ചാണ് അദ്ദേഹം ജാതിയെ എതിർത്തത്. അതിനാൽ എതിരാളികൾ പലപ്പോഴും നിസ്സഹായരായി, നിശ്ശബ്ദ രായി. എന്നാൽ ബാഹ്യമായ ഏതെങ്കിലും യുക്തിയാണ് അദ്ദേഹം ഉപയോഗിച്ചിരുന്നതെങ്കിൽ അതിനെ തള്ളിക്കളയാൻ അവർക്ക് എളുപ്പമാകുമായിരുന്നു. എന്നാൽ ഹൈന്ദവദർശനങ്ങളിൽ ഗുരുവിന ുള്ള പാണ്ഡിത്യവും അദ്ദേഹത്തിന്റെ സന്യാസ വ്യക്തിത്വവും നാരാ യണഗുരുവിന്റെ സ്വീകാര്യതയ്ക്ക് കാരണമായി. അദ്ദേഹം ജാതിയെ മാത്രമല്ല ചാതുർവർണ്യസിദ്ധാന്തത്തെയും എതിർത്തു. ചാതുർവർ ണ്യത്തിന്റെ അടിസ്ഥാനമായി പറയുന്ന വിരാട് പുരുഷന്റെ മുഖത്ത് നിന്ന് ബ്രാഹ്മണനും ബാഹുക്കളിൽ നിന്ന ക്ഷത്രിയനും തുടകളിൽ നിന്ന വൈശ്യനും പാദത്തിൽ നിന്ന ശൂദ്രനും ഉണ്ടായി എന്ന സങ്കല്പത്തെ അദ്ദേഹം ചോദ്യം ചെയ്തു. നരജാതിയിൽ നിന്നത്രേ പിറന്നീടുന്ന വിപ്രനും/ പറയാൻ താനുമെത്തുള്ളതന്തരം നരജാതി യിൽ എന്ന ഗുരുവിന്റെ ചോദ്യം ചാതുർവർണ്യത്തിന്റെ ആധാരത്തെ തന്നെയാണ് ചോദ്യം ചെയ്യുന്നത്.

ജാതി നിർണയത്തിൽ തെല്ലെങ്കിലും സംശയത്തിന് ഇടനൽ കാതെ ഗുരു പറയുന്നു.

മനുഷ്യാണാം മനുഷ്യത്വം

ജാതിർഗോത്രം ഗവാ യഥാ

ന ബ്രാഹ്മണാദിര സൈയവം

ഹാ! തത്വം വേത്തി കോപിന:

ജീവശാസ്ത്രത്തിന്റെ ഭാഷയിലാണ് ഗുരു ജാതിയെ നിർവചിക്ക ന്നത്. പശുവിന് പശുത്വം ജാതിയായിരിക്കുന്നതു പോലെ മനുഷ്യന് മനുഷ്യത്വമാണ് ജാതി. അതുകൊണ്ടുതന്നെ ബ്രാഹ്മണൻ, ക്ഷത്രിയൻ തുടങ്ങിയ വിഭജനങ്ങൾക്ക് പ്രസക്തിയില്ല. ഈ തത്വം ആരും അറി യുന്നില്ലല്ലോ എന്ന് ഗുരു പരിതപിക്കുന്നു. ഒരു പശുവിനും നായക്കും പോലും സ്വന്തം ജാതിയെ കണ്ടാൽ തിരിച്ചറിയുന്നുണ്ട്. എന്നിട്ടും മനുഷ്യന് സ്വന്തം ജാതിയെ തിരിച്ചറിയാൻ കഴിയുന്നില്ലല്ലോ എന്ന് അദ്ദേഹം പരിതപിക്കുന്നു.

ജാതിനിർണയത്തിന്റെ ആദ്യഭാഗം മാത്രം ഗുരു പൂർണ സംസ്കൃ
തത്തിലാണ് രചിച്ചത്. ഇടർന്നുള്ള ഭാഗങ്ങൾ മലയാളത്തിൽ
ആണ്. ഹിന്ദുമതത്തിന്റെ ആധികാരിക ഗ്രന്ഥങ്ങളെല്ലാം സംസ്കൃത
ഭാഷയിലാണ് രചിക്കപ്പെട്ടിരുന്നത്. ജാതിയെ ന്യായീകരിക്കുന്ന
ശ്ലോകങ്ങൾ എല്ലാം സംസ്കൃതത്തിലാണ്. അതിനാൽ ഗുരു ജാതിയെ
എതിർക്കുന്ന ശ്ലോകങ്ങളും സംസ്കൃതത്തിലാക്കി. കാരണം ഇതിനെ
പിന്തുണച്ച് നടക്കുന്ന സവർണ മേധാവിത്വത്തെ അഭിസംബോധന
ചെയ്യാൻ നല്ലത് സംസ്കൃതമാണെന്ന് ഗുരു കരുതിയിരിക്കണം.
എന്നാൽ ഇടർന്നുള്ള ഭാഗങ്ങൾ ശുദ്ധ മലയാളത്തിലാണ്. 'ജാതി
ലക്ഷണ'ത്തിൽ ഗുരു പറയുന്നു.

പുണർന്നു പെറുന്നതെല്ലാമൊ-
രിനമാം പുണരാത്തത്
ഇതമല്ലിനമാമിങ്ങൊ-
രിന്നയാർന്നൊത്ത കാൺമതും

ഒരു ജാതിയിൽ പെട്ടവ ഇണ ചേർന്ന് സന്തതികളെ ഉല്പാദിപ്പി
ക്കുന്നു. അതാണ് ജാതി. അതിനാൽ മനുഷ്യൻ ഒരു ജാതിയാണ്.
മതഭേദവും രാഷ്ട്രഭേദവും സംസ്കാരഭേദവും ഒക്കെ ഉണ്ടെങ്കിലും
മനുഷ്യൻ ഒരു ജാതിയാണ്.

ആധുനിക ശാസ്ത്രത്തിൽ സ്പീഷീസ് എന്നു പറയുന്ന ഗണത്തി
ലാണ് ഗുരു ജാതിയെ ഉൾപ്പെടുത്തുന്നത്. ഗുരു പാശ്ചാത്യശാസ്ത്ര
ങ്ങളൊന്നും പഠിച്ചിട്ടില്ല. ഇവിടെയാണ് ഗുരുവിന്റെ ധിഷണയും
ചിന്താശേഷിയും അപഗ്രഥന പാടവവുമെല്ലാം വ്യക്തമാകുന്നത്.
ഒരു സംശയങ്ങൾക്കും ഇട നൽകാതെ ജാതിയെക്കുറിച്ചുള്ള തന്റെ
നിലപാടുകൾ ഗുരു വ്യക്തമാക്കുന്നു.

ജീവിതത്തിൽ ഉടനീളം ഗുരു ഈ നിലപാട് കാത്തുസൂക്ഷിച്ചി
രുന്നു. ഗുരുവിന്റെ പ്രസിദ്ധമായ പ്രസ്താവനയിൽ "മനുഷ്യരുടെ
മതം,വേഷം, ഭാഷ മുതലായ എങ്ങനെയായിരുന്നാലും അവരുടെ
ജാതി ഒന്നായതു കൊണ്ട് അന്യോന്യം വിവാഹവും പന്തിഭോജന
വും ചെയ്യുന്നതിനാൽ യാതൊരു ദോഷവുമില്ല." എന്നാൽ ഇങ്ങനെ
വിവാഹം കഴിക്കുന്നതിനെ മിശ്രവിവാഹമെന്നോ പന്തിഭോജന
ത്തെ മിശ്രഭോജനമെന്നോ ഗുരു വിളിക്കില്ല. മിശ്രഭോജനത്തിന്
അനുഗ്രഹാശിസ്സുകൾ നൽകുമ്പോൾ തന്നെ സഹോദരൻ അയ്യപ്പ
നോട് മിശ്രഭോജനം എന്നു പറയുന്നത് ശരിയല്ല എന്നാണ് ഗുരു

പറയുന്നത്. കാരണം മിശ്രഭോജനം എന്ന പദത്തിൽ ജാതികൾ പലതാണെന്ന സൂചനയുണ്ട്. താത്വികമായി ഗുരു ഇതിനെ അംഗീക രിക്കുന്നില്ല. ദർശനപരമായ ഈ തെളിച്ചമാണ് ഗുരുവിന്റെ പ്രായോ ഗികമായ ഇടപെടലുകളെ സാർഥകമാക്കിയത്.

ജാതിചിന്തയുടെ മലീമസമായ അന്തരീക്ഷത്തിലാണ് ഗുരു ജീവിച്ചിരുന്നത്. ജാതീയമായ അവഹേളനങ്ങൾ അദ്ദേഹത്തിന അനുഭവിക്കേണ്ടി വന്നിട്ടുണ്ട്. ഇന്ത്യൻ സമൂഹത്തിൽ ജാതി എത്ര ആഴത്തിൽ വേരോടിയിട്ടുണ്ടെന്ന് അദ്ദേഹം ശരിയായി മനസ്സിലാ ക്കിയിരുന്നു. ഗാന്ധിജിയുമായുള്ള ചർച്ചയിൽ അയിത്താചാരത്തെ ക്കുറിച്ച് പരമാർശിക്കുമ്പോൾ 'അതു സഫലമാകാതെ വരികയില്ല. അതിന്റെ ഗ്രൂഢമൂലത ഓർത്താൽ പൂർണ ഫലപ്രാപ്തിയ്ക്ക് മഹാത്മജി വീണ്ടും അവതരിക്കേണ്ടിവരുമെന്ന തന്നെ പറയണം." എന്ന് അഭി പ്രായപ്പെടുന്നു.

ജാതിയെ എതിർത്ത മഹാത്മാഗാന്ധി വർണവ്യവസ്ഥയെ അലംഘനീയമായ ഈശ്വര നിയമമായിട്ടാണ് കണ്ടത്. മതഭക്തി ഒരു മനുഷ്യനെ എത്രത്തോളം വഴിതെറ്റിക്കാം എന്നതിന് നല്ലൊരു ഉദാഹരണമാണ് അദ്ദേഹം. പരമസ്വാത്വികനായിരുന്ന ഗാന്ധിജി യുടെ ചാതുർവർണ്യത്തെക്കുറിച്ചുള്ള കാഴ്ചപ്പാടുകൾ ഒരു ഞെട്ടലോ ടുകൂടി മാത്രമെ കേൾക്കാൻ കഴിയൂ."ജാതി മനുഷ്യനിർമ്മിതമായ ഒരു സ്ഥാപനമാണ്. അതിനെ നശിപ്പിക്കാനേ പറ്റൂ. നേരെ മറിച്ച വർണമാകട്ടെ ഈശ്വര നിയമവുമാണ്. നാം അതിനെ നിരാകരി ക്കുകയാണെങ്കിൽ നമുക്കദോഷം ചെയ്യും. നാമത് അംഗീകരിക്കുക യാണെങ്കിൽ നമുക്കതെ പ്രയോജനം ചെയ്യും."

എന്നാൽ വർണവ്യവസ്ഥയെക്കുറിച്ച് ഗുരുവിന്റെ കാഴ്ചപ്പാട് വ്യ ത്യസ്തമാണ്. ഗുണം അനുസരിച്ചാണ് വർണവിഭജനമെങ്കിൽ വർണം എന്നത് സ്ഥായിയല്ലെന്നു പറയേണ്ടിവരും. കാരണം ഗുണങ്ങൾ സ്ഥിരമല്ല. ജാതി തൊഴിൽ നൈപുണ്യങ്ങളെ വളർത്തുകയല്ല ചെയ്യുന്നത്. അതിനെ നിഷ്ക്രിയമാക്കുകയാണ്. അങ്ങനെ ചാതുർവർ ണ്യത്തെ ഒരു തരത്തിലും ഗുരു പിന്താങ്ങിയില്ല. മഹാത്മാഗാന്ധിയാ കട്ടെ ഇപ്പുകാരന്റെ മകൻ ഇപ്പുകാരൻ തന്നെ ആകണമെന്ന ശഠിച്ച. തീവ്രമായ മതബോധമാണ് ചാതുർവർണ്യത്തെ ന്യായീകരിക്കാൻ ഗാന്ധിജിയെ പ്രേരിപ്പിക്കുന്നത്. മതഗ്രന്ഥങ്ങളിൽ എന്തെങ്കിലും അബദ്ധം സംഭവിച്ചുവെന്ന് അവർ സമ്മതിക്കുകയില്ല. വ്യാഖ്യാനിച്ച്

ശരിയാക്കിയിട്ടേ അവർ അടങ്ങൂ. മതം പ്രതിസന്ധിയിലാകുമ്പോൾ 'അടിയൻ ലച്ചിപ്പോം' എന്ന പറഞ്ഞവർ ചാടിവീഴും.

ശ്രീനാരായണഗുരു ചാതുർവർണ്യത്തെ തള്ളിക്കളഞ്ഞുവെങ്കിലും ശിഷ്യന്മാർ ചാതുർവർണ്യത്തെ ന്യായീകരിച്ച് രംഗത്തു വന്നിട്ടുണ്ട്. നിത്യചൈതന്യയതി മനഃശാസ്ത്രത്തെ കൂട്ടുപിടിച്ചാണ് ചാതുർ വർണ്യത്തെ ന്യായീകരിക്കുന്നത്. അദ്ദേഹത്തിന്റെ ഭഗവത്ഗീതാ സ്വാധ്യായത്തിൽ ജാതി, മതം ഇവയെ സംബന്ധിച്ച കാഴ്ചപ്പാടുകൾ വിശദീകരിക്കുന്നു. യതിയുടെ അഭിപ്രായത്തിൽ മനുസ്മൃതിയിലെ ചാതുർ വർണ്യമല്ല ഭഗവത് ഗീതയിലെ ചാതുർവർണ്യം എന്നാണ് അദ്ദേഹത്തിന്റെ പക്ഷം. മനുസ്മൃതിയെപോലെ ധർമശാസ്ത്രഗ്രന്ഥമല്ല ഗീത. അത് ബ്രഹ്മവിദ്യ ഉപദേശിക്കുന്ന ഒരു യോഗശാസ്ത്രമാണ്. അദ്ദേഹം എഴുതുന്നു. "ആധുനിക മനഃശാസ്ത്രത്തിൽ ഏറ്റവും സഹാ യകമായി വന്നു ചേർന്ന ഒരു സംഭാവന കാറൽ ഗുസ്താഫ് യുങ്ങിന്റെ സൈക്കോളജിക്കൽ ടൈപ്പ് ആണ്. അനേകായിരം ആളുകളുടെ വ്യക്തിത്വത്തെ പഠിച്ചതിനുശേഷം യുങ്ങ് ഒരു തീരുമാനത്തിലെ ത്തി. ആളുകളെ പൊതുവെ അന്തർമുഖതയുള്ളവരെന്നും ബഹിർ മുഖതയുള്ളവരെന്നും രണ്ടായി തിരിക്കാം. അന്തർമുഖരായ വരെ അദ്ദേഹം ഇൻട്രോവെർട്ടഡ് (Introverted) എന്നും ബഹിർമുഖരെ എക്സ്ട്രോവെർട്ടഡ് (Extroverted) എന്നും വിളിച്ചു. ഇങ്ങനെ ഒരു വിഭജനം നടത്തുന്നതിന് അനേകംനൂറ്റാണ്ടുകളായി ഉണ്ടായിട്ടുള്ള ലോകസാഹിത്യത്തെ മുഴുവൻ അദ്ദേഹം പരിശോധിക്കുകയുണ്ടായി. മുകളിൽ പറഞ്ഞ അന്തർമുഖതയെയും ബഹിർമുഖതയെയും അടി സ്ഥാനപ്പെടുത്തിക്കൊണ്ട് അദ്ദേഹം വീണ്ടും രണ്ട് ഉപവിഭാഗങ്ങളെ മുൻപോട്ട് വെച്ചു. ബഹിർമുഖരായ അന്തർമുഖരും അന്തർമുഖരായ ബഹിർമുഖരും. അങ്ങനെ ചാതുർവർണ്യം ആധുനിക മനഃശാസ്ത്രവും അംഗീകരിച്ചു പോരുന്നു. അതു മാത്രമല്ല ചാതുർവർണ്യം ലോകം എങ്ങനെ പുരോഗമിച്ചാലും ഒഴിവാക്കാൻ കഴിയാത്തതാണെന്നും യതി വാദിക്കുന്നു. വർഗരഹിത സമുദായത്തെ ഉണ്ടാക്കാൻ ശ്ര മിക്കുന്നവരും ബുദ്ധിജീവികൾ, പട്ടാളക്കാർ, തൊഴിൽ വിദഗ്ധർ, തൊഴിലാളികൾ എന്ന് അവരുടെ സമുദായത്തെ നാലായി തിരിച്ചു നിറുത്തിയാണ് സാമൂഹ്യഘടന ചിട്ടപ്പെടുത്തിയിരിക്കുന്നത്.

ചാതുർവർണ്യത്തെ ന്യായീകരിക്കാൻ യതി എല്ലാത്തിനെയും നാലാക്കി മാറ്റുന്നു. ആധുനിക ലോകത്തിലെ തൊഴിൽ വിഭജനം

നാലോ നാൽപ്പതോ നാന്നൂറോ അല്ല. അത് നാല് മാത്രമായി യതിയ്ക്ക തോന്നുന്നത് അദ്ദേഹം ഉപയോഗിക്കുന്ന പ്രോക്രസ്റ്റിസിന്റെ കട്ടിലിനനുസരിച്ചുള്ള മുറിക്കലാണ്. അന്തർ മുഖർ, ബഹിർമുഖർ എന്ന യുങ്ങിന്റെ വിഭജനം അദ്ദേഹം നാലാക്കിയെടുത്തു. ചാതുർവർ ണ്യത്തിൽ മൂന്ന് ഗുണങ്ങളെയാണ് നാലാക്കിയത്. മൂന്നു ഗുണത്തെ അനുസരിച്ചാണ് വർണമെങ്കിൽ ഒന്നുകിൽ അത് മൂന്നോ അല്ലെങ്കിൽ ആറോ ആകണം എന്നാൽ ഗുണം മൂന്നും വർണം നാല്യം ആണ്.

ജാതി, മതം, തുടങ്ങിയ പരിഗണനകൾക്ക് അപ്പറത്തായിരുന്ന നാരായണഗുരുവെങ്കിലും അദ്ദേഹത്തിന്റേതെന്ന് പറയപ്പെടുന്ന ശ്രീ നാരായണ പ്രസ്ഥാനങ്ങൾക്കൊന്നും ജാതീയതയുടെ അപ്പറത്തേയ്ക്ക് കാഴ്ച പോയില്ല. തങ്ങൾക്ക മുകളിലുള്ള ജാതിക്കാരുടെ അവകാശ ങ്ങൾ തങ്ങൾക്ക വേണം എന്നവകാശപ്പെടുന്ന എസ്.എൻ.ഡി.പി.യ്ക് തങ്ങൾക്ക് താഴെയുള്ള ജാതിവിഭാഗങ്ങളുടെ അവകാശത്തെക്കുറിച്ച് ചിന്തയൊന്നും ഉണ്ടായില്ല. ക്ഷേത്രത്തിൽ പുലയർക്ക് പ്രവേശനം കൊടുക്കുന്നതിനെ സംബന്ധിച്ച് ഗുരുവിന് പലപ്പോഴും തന്റെ അനുയായികളോട് തന്നെ പൊരുതേണ്ടിവന്നു. ചിലപ്പോൾ ഗുരു പിണങ്ങിപ്പോരുകയും ചില സന്ദർഭങ്ങളിൽ ഗുരുവിന്റെ നിർദ്ദേശം അനുയായികൾ മനസ്സില്ലാമനസ്സോടെ അനുസരിക്കുകയും ചെയ്തു. എന്തിന്, കുമാരനാശാനു പോലും സഹോദരൻ അയ്യപ്പന്റെ പന്തിഭോ ജനം പോലുള്ള നടപടികൾ ഇഷ്ടമായില്ല. ആദർശകൊട്ടമുടിയിൽ നിന്നുള്ള എടുത്തചാട്ടമായാണ് അദ്ദേഹം അതിനെ കരുതിയത്.

കേരളീയ നവോത്ഥാനം ഏറ്റെടുത്ത ജാതിവിരുദ്ധതയുടെ ആശയങ്ങൾക്ക് ഏറെയൊന്നും മുന്നോട്ട പോകാൻ കഴിഞ്ഞില്ല. നവോത്ഥാനത്തിലൂടെ ഉപരിമേഖലയിലേക്കെത്തിയ ജാതികളും അവയുടെ ഉപരിവർഗ നേതൃത്വവും ജാതി വിമുക്ത സമൂഹ സങ്കല്പത്തി ലേക്കല്ല വളർന്നത്. പകരം ജാതിയെ രാഷ്ട്രീയ ബലാബലത്തിൽ വിലപേശൽ ശക്തിയായി മാറ്റാനാണ് അവർ പരിശ്രമിച്ചത്. ഗുരുവിന്റെ കാലത്തുതന്നെ എസ്.എൻ.ഡി.പി.യുടെ പ്രവർത്തന ങ്ങൾ അദ്ദേഹത്തിന് ഇഷ്ടമായിരുന്നില്ല. അവരുടെ ജാത്യാഭിമാ നമാണ് ഗുരുവിന് ഇഷ്ടപ്പെടാതിരുന്നത്. കേരളത്തിലേക്ക് വരാൻ പോലും കൂട്ടാക്കാതെ ഗുരു സിലോണിൽ തന്നെ നിന്നതും. ഒടുവിൽ നിർബന്ധം സഹിക്കാതെയാണ് അദ്ദേഹം ശിവഗിരിയിലേക്ക് വരാൻ തയ്യാറായത്. ഗുരു ജാതിയ്ക്കും മതത്തിനും അപ്പറത്തേയ്ക്ക

വളരാൻ തുടങ്ങിയപ്പോൾ അനുയായികൾക്ക് വളരാൻ കഴിഞ്ഞില്ല. നമുക്കു ജാതിയില്ല വിളംബരം ചെയ്ത 1916-ൽ തന്നെയാണ് ഗുരു ഡോ. പൽപ്പുവിന് യോഗത്തെ താൻ വാക്കിൽ നിന്നും പ്രവൃത്തിയിൽ നിന്നും വിട്ടുവെന്ന് എഴുതി അറിയിക്കുന്നത്.

എന്റെ ഡോക്ടർക്ക്,

യോഗത്തിന്റെ നിശ്ചയങ്ങൾ എല്ലാം നാം അറിയാതെ പാസാക്ക ന്നതുകൊണ്ടും യോഗത്തിന്റെ ആനുകൂല്യം ഒന്നും നമ്മെ സംബന്ധിച്ച കാര്യത്തിൽ ഇല്ലാത്തതു കൊണ്ടും യോഗത്തിന് ജാത്യഭിമാനം വർദ്ധിച്ചു വരുന്നതുകൊണ്ടും മുമ്പുതന്നെ മനസിൽ നിന്നും വിട്ടിരു ന്നതു പോലെ ഇപ്പോൾ വാക്കിൽ നിന്നും പ്രവൃത്തിയിൽ നിന്നും യോഗത്തെ വിട്ടിരിക്കുന്നു

എന്ന്

നാരായണഗുരു (ഒപ്പ്)

ഇതേ വർഷത്തിൽ തന്നെയാണ് മറ്റൊരു പ്രസിദ്ധമായ വിളംബരം ഗുരു നടത്തുന്നത്. 1916 മെയ് 28നാണ് ഗുരു ഈ വിളംബരം നടത്തിയത്.

"നാം ജാതിമതങ്ങൾ വിട്ടിട്ട് ഇപ്പോൾ ഏതാനും സംവത്സ രങ്ങൾ കഴിഞ്ഞിരിക്കുന്നു. എന്നിട്ടും ചില പ്രത്യേകവർഗക്കാർ നമ്മെ അവരുടെ വർഗത്തിൽ പെട്ടതായി വിചാരിച്ച പ്രവർത്തിച്ചും വരുന്നതായും അതു ഹേതുവാൽ പലർക്കും നമ്മുടെ വാസ്തവത്തിനു വിരുദ്ധമായ ധാരണയ്ക്ക് ഇടവന്നിട്ടുണ്ടെന്നും നാം അറിയുന്നു.

നാം ഒരു പ്രത്യേക ജാതിയിലോ മതത്തിലോ ഉൾപ്പെട്ടന്നില്ല. വിശേഷിച്ച് നമ്മുടെ ശിഷ്യവർഗത്തിൽ നിന്നും മേൽപ്രകാരമുള്ള വരെ മാത്രമെ നമ്മുടെ പിൻഗാമിയായി വരത്തക്കവണ്ണം ആലുവാ അദ്വൈതാശ്രമത്തിൽ ശിഷ്യസംഘത്തിൽ ചേർത്തിട്ടുള്ള എന്നും മേലും ചേർക്കയുള്ള എന്നും വ്യവസ്ഥപ്പെടുത്തിയിരിക്കുന്നു. ഈ വസ്തുത പൊതുജനങ്ങളുടെ അറിവിലേക്കായി പരസ്യം ചെയ്തിരി ക്കുന്നു.

എന്ന്

നാരായണഗുരു (ഒപ്പ്)

ശ്രീനാരായണഗുരുവിന്റെ മാനവാദർശങ്ങൾ ശരിയായ അർഥ ത്തിൽ പിൽക്കാല സമൂഹം തിരിച്ചറിയാതെപോയി. അതിന പ്രധാനകാരണം ശ്രീനാരായണ ചിന്തകളെ മുൻനിർത്തി രൂപം കൊണ്ട ചില പ്രസ്ഥാനങ്ങൾ ഗുരു ദർശനങ്ങളെ ഹൈജാക്ക് ചെയ്യ കയായിരുന്നു.

ഈ സംഘടനകൾ ഗുരുവിനെ ഈഴവഗുരുവായി ന്യൂനീകരിച്ചു. അവർക്ക് ഒരു രക്ഷകബിംബം ആവശ്യമുണ്ടായിരുന്നു. ഗുരുവില്ലൂടെ അവർ ആ ബിംബത്തെ കണ്ടെത്തി. എന്നാൽ അദ്ദേഹത്തിന്റെ ആശയാദർശങ്ങൾ അവരെ അധികമൊന്നും പ്രചോദിപ്പിച്ചില്ല. ഇത്തരം പ്രസ്ഥാനങ്ങൾ സ്വീകരിച്ച പ്രതിലോമകരമായ നിലപാ ടുകൾ മാനവസമൂഹത്തിനു മുഴുവൻ വെളിച്ചമാകേണ്ട ഗുരുവിനെ ഈഴവവൽക്കരിക്കാനും ഒരു സമുദായ ഗുരുവായി ചുരുക്കി കാണാനും ഇടയാക്കി.

കേരളത്തിലെ പുരോഗമന പ്രസ്ഥാനങ്ങൾക്കും ശ്രീനാരായ ണഗുരുവിന്റെ ജാതിവിരുദ്ധ മുദ്രാവാക്യങ്ങളെ ഏറ്റെടുക്കുന്നതിൽ പരാജയം സംഭവിച്ചു. നവോത്ഥാന പരിശ്രമങ്ങളെ അന്നു വില യിരുത്തിയത് യാന്ത്രിക മാർക്സിസ്റ്റ് വീക്ഷണമുപയോഗിച്ചാണ്. ജാതിയെ അടിത്തറയ്ക്കു മുകളിലെ ഒരു ഉപരിഘടനയായി കാണുകയും അടിത്തറ തകർന്നാൽ ഉപരിഘടനയും തകർന്നുകൊള്ളും എന്ന യാന്ത്രികധാരണയായിരുന്നു അന്നുണ്ടായിരുന്നത്. ഒരു ആശയ ത്തിന് സ്വയമേവ ഒരു ചലന ശക്തിയുണ്ടെന്ന കാര്യം അന്ന് വിസ്മ രിക്കപ്പെട്ടു. അതുകൊണ്ട് കേരളത്തിൽ ഫ്യൂഡൽ അടിത്തറ തകർന്ന് മുതലാളിത്തഘടനയിലേക്കുമാറുമ്പോൾ ജാതി എന്ന മേൽപ്പര തകർന്നു കൊള്ളും എന്നായിരുന്നു ധാരണ. എന്നാൽ കേരളത്തി ന്റെ ഉൽപ്പാദനബന്ധങ്ങൾ മാറിയിട്ടും ജാതി ഇല്ലാതായില്ല. ഒരേ തൊഴിലിടത്തിൽ ഒരേ ജോലി ചെയ്യുന്ന ഒരേ സാമൂഹ്യ പദവിക ളില്ലുള്ള നായരും ഈഴവനും പുലയനും എല്ലാം അവരായി തന്നെ നിന്നു. ജാതി എന്ന സാമൂഹ്യയാഥാർഥ്യത്തെ തിരിച്ചറിയുന്നതിൽ ഇടതുപക്ഷങ്ങൾക്ക് വീഴ്ചപറ്റി.

കേരളത്തിലെ നവോത്ഥാനത്തിന്റെ നേതൃത്വം ശ്രീനാരായണഗു രുവിനായിരുന്നു എന്നും അതൊരു ബൂർഷ്വാനവോത്ഥാനമായിരുന്നു എന്നും ഇ.എം.എസ് വിലയിരുത്തിയിട്ടുണ്ട്. ആ നവോത്ഥാനം ബൂർഷ്വാ നവോത്ഥാനമായിരുന്നു എന്ന മാർക്സിസ്റ്റ് വിലയിരുത്തൽ

ശരിതന്നെയായിരുന്നു. കാരണം ശ്രീനാരായണഗുരുവിന്റെ കൂടെ അന്നുണ്ടായിരുന്ന മൂലധന ശക്തികൾ കേരളത്തിന്റെ ഫ്യൂഡൽ ഘടനയെ തകർത്ത് മുതലാളിത്ത ക്രമത്തിലേക്ക് പരിവർത്തനം ചെയ്യുന്നതിന് ആക്കംകൂട്ടി. ഷെയർ അടിസ്ഥാനത്തിൽ രജിസ്റ്റർ ചെയ്ത കേരളത്തിലെ ആദ്യ സംഘടനകളിൽ ഒന്നാണ് എസ്. എൻ.ഡി.പി. എന്നാൽ എസ്.എൻ.ഡി.പിയെയും ശ്രീനാരായണ ചിന്തകളെയും നാം വേർതിരിച്ചുകാണേണ്ടതുണ്ട്. മഹാത്മാഗാന്ധി യായിരുന്നില്ലല്ലോ ഇന്ത്യൻ നാഷണൽ കോൺഗ്രസ്. അതുപോലെ ശ്രീനാരായണഗുരുവിനോട് ചേർന്നു നിന്ന മൂലധന ശക്തികളെ തിരി ച്ചറിയുന്നതോടൊപ്പം നാരായണഗുരുവിന്റെ ചിന്തയിൽ വേറിട്ട് ഉണ്ടാ യിരുന്ന മാനവികതയുടെ ഊർജ്ജം ഏറ്റെടുക്കുന്നതിൽ പുരോഗമന പ്രസ്ഥാനങ്ങൾ പരാജയപ്പെട്ടു. അതിന്റെ ഫലമായി അദ്ദേഹം ഒരു സമുദായ പരിഷ്കർത്താവും ഈഴവഗുരുവുമായി ന്യൂനീകരിക്കപ്പെട്ടു.

വലിയ ഗുരുഭക്തരായിരുന്ന ഡോ. പൽപ്പുവിന്റെയും കുമാരനാ ശാന്റെയും കാലത്തു തന്നെ ഗുരുവും യോഗവും തമ്മിൽ അഭിപ്രായ വ്യത്യാസങ്ങൾ ഉണ്ടായിരുന്നെങ്കിൽ അതിനുകാരണം ഗുരുദർ ശനവും യോഗവും തമ്മിലുള്ള ആദർശ പരമായ പൊരുത്തക്കേട് തന്നെയാണ്. ഗുരു നൽകുന്ന സന്ദേശങ്ങളിലെല്ലാം ഈ പൊരു ത്തക്കേട് വായിച്ചെടുക്കാം. 1927-ൽ എസ്.എൻ.ഡി.പി. യോഗ വാർഷികത്തിന് ഗുരു നൽകിയ സന്ദേശത്തിൽ ആ ദർശനത്തിന്റെ തെളിച്ചം കാണാം.

"സമുദായ സംഘടനയെപ്പറ്റിയും മതപരിഷ്കരണത്തെക്കുറിച്ചും ഗൗരവമേറിയ ചില ആലോചനകൾ ചെയ്തു വരുന്നുണ്ടെന്നറിയുന്ന തിൽ നമുക്ക് വളരെ സന്തോഷമുണ്ട്. എന്നാൽ സംഘടനയുടെ ഉദ്ദേ ശ്യം ഒരു പ്രത്യേക വർഗക്കാരെ മാത്രം ചേർത്ത് ഒരു സമുദായത്തെ സൃഷ്ടിക്കാനായിരിക്കരുത്. മതപരിഷ്കാരം ഇന്നുള്ള ഏതെങ്കിലും ഒരു മതസംഘത്തെ ഉപേക്ഷിച്ച് മറ്റൊരു സംഘത്തിൽ ചേർന്ന ശ്രമം മാത്രമായിരിക്കരുത്. നമ്മുടെ സമുദായ സംഘടന എല്ലാ മനുഷ്യ രെയും ഒന്നായി ചേർന്നതായിരിക്കണം. മതം വിശ്വാസസ്വാതന്ത്ര്യ ത്തെ അനുവദിക്കുന്നതും സംസ്കൃത ബുദ്ധികൾക്കെല്ലാം സ്വീകാര്യവും മനുഷ്യരെ ഒരു ഉത്തമമായ ആദർശത്തിലേയ്ക്ക് നയിക്കുന്നതുമായി രിക്കണം. ഒരു ജാതി, ഒരു മതം, ഒരു ദൈവം മനുഷ്യന് എന്ന സനാതനധർമ്മം അങ്ങനെയുള്ള ഒരു മതമാകുന്നു. ഈ സനാതാന

ധർമത്തിൽ വിശ്വസിക്കുന്നവരെയെല്ലാം ഒന്നായി ചേർക്കുന്നത് സംഘടനയ്ക്ക് ഏറ്റവും ഉത്തമമായ രീതി ആയിരിക്കുമെന്ന നമുക്ക തോന്നുന്നു. മതപരിവർത്തനം കൂടാതെ അസമത്വങ്ങളും ബുദ്ധിമു ട്ടുകളും തീരുകയില്ലെന്ന് വിശ്വസിക്കുന്നവർക്കും സനാതനധർമം മതമായി സ്വീകരിക്കുന്നത് അവരുടെ മതപരിവർത്തനവും സ്വാത ന്ത്ര്യ പ്രഖ്യാപനവും ആയിരിക്കുന്നതാണ്."

ഒരു സിവിൽ സമൂഹത്തിൽ മനുഷ്യൻ എന്ന രീതിയിൽ വളർന്ന വരേണ്ട ജനാധിപത്യപരമായ സാമൂഹ്യബന്ധങ്ങളെക്കുറിച്ചാണ് തന്റെ അവസാന സന്ദേശത്തിൽ ഗുരു സൂചിപ്പിച്ചത്. ജാതി,മതം ഇവയെക്കുറിച്ചെല്ലാം പറയുമ്പോഴും അതിനെല്ലാം ഉപരിയായി മനുഷ്യനും മനുഷ്യത്വവും ഉയർത്തിപ്പിടിക്കുന്നതാണ് ഗുരുദർശനം.

1928 സെപ്തംബർ 20 ന് വൈകീട്ട് മൂന്ന മണിയ്ക്ക് ശ്രീനാരായ ണഗുരു സമാധിയായി. തന്റെ സമീപത്തുണ്ടായിരുന്ന വിദ്യാനന്ദ സ്വാമികളോട് ദൈവദശകം ചൊല്ലാൻ ആവശ്യപ്പെട്ടു.

"ആഴമേറും നിൻ മഹസ്സാം
ആഴിയിൽ ഞങ്ങളാകവെ
ആഴണം വാഴണം നിത്യം
വാഴണം വാഴണം സുഖം."

ഒരു പ്രാർത്ഥന പോലെ ഗുരു ജീവിതം ആഴമേറുന്ന മഹസ്സിന്റെ ആഴിയിൽ നിത്യതയെ പൂകി.

എല്ലാ ഗുരുക്കന്മാരുടെയും ശാപം അനുയായികളാണെന്ന് പറയാ റുണ്ട്. ചരിത്രാനുഭവങ്ങൾ കാണുമ്പോൾ അത് ശരിയാണെന്നും തോന്നാറുണ്ട്. എന്നാൽ ഗുരു ദർശനത്തിന് വിപരീതദിശയിൽ സഞ്ചരിക്കുന്ന അനുയായികളെ മറ്റൊരു ഗുരുവിനും കിട്ടിയിരിക്ക കയില്ല. ഗുരുവിന്റെ മരണാനന്തര ചടങ്ങുകൾ സ്വത്ത് തർക്കത്തിനി ടയിൽ അലങ്കോലപ്പെട്ടു. ഒക്ടോബർ 30-ന് നടത്താനുദ്ദേശിച്ചിരുന്ന മണ്ഡലമഹോത്സവം എസ്.എൻ.ഡി.പി യോഗത്തിന്റെ പരാതിപ്ര കാരം കോടതി തടഞ്ഞു. രാജ്യത്തിന്റെ വിവിധഭാഗങ്ങളിൽ നിന്നും എത്തിയ മനുഷ്യർക്ക് ഭക്ഷണം പോലും കിട്ടിയില്ല. ഗുരുവിന്റെ ഒസ്യത്ത് അനുസരിച്ച് ശ്രീനാരായണധർമ്മ സംഘത്തിനാണ് ശ്രീനാരായണ സ്ഥാപനങ്ങളുടെ അവകാശമുണ്ടായിരുന്നത്. എന്നാൽ സ്വത്തിൽ അവകാശം ഉന്നയിച്ചുകൊണ്ട് യോഗം കേസ്

കൊട്ടക്കകയായിരുന്നു. അവർ എന്റെ ഗുരുവിനെ കരയിച്ചു എന്ന്
നടരാജ ഗുരു പറഞ്ഞിട്ടുണ്ട്. നാരായണഗുരുവിന്റെ ചിന്തകളെ
അല്പം പോലും പിൻ പറ്റാതെ ആ ഭൗതിക സമ്പത്തിന്റെ അധി
കാരികളാകാനാണ് എസ്.എൻ.ഡി.പി. യുടെ വരേണ്യ നേതൃത്വം
എന്നും ശ്രമിച്ചത്. അതിന്റെ ദുരന്തപര്യവസായിയായ തുടർച്ചയാണ്
ഇന്നത്തെ എസ്.എൻ.ഡി.പി നേതൃത്വം. അവർ ഗുരുവിനെ സിമന്റ്
പ്രതിമയാക്കി മാറ്റി.

●

ഒരു മതം ഒരു ദൈവം

"പല മതസാരവുമേകമെന്ന പാരാ-
ഇലകിലൊരാനയിലന്ധരെന്നപോലെ
പലവിധയുക്തി പറഞ്ഞു പാമരന്മാ-
രലവഴ കങ്ങലയാതമർന്നിടേണം."

പല മത സാരവും ഏകമാണെന്ന അസാധാരണമായ തിരിച്ച റിവാണ് ശ്രീനാരായണഗുരുവിനെ മറ്റ മതപണ്ഡിതന്മാരിൽ നിന്നും ഗുരുക്കന്മാരിൽ നിന്നും വ്യത്യസ്തനാക്കുന്നത്. ഒരു ജാതി, ഒരു മതം, ഒരു ദൈവം മനുഷ്യന് എന്ന വചനവും മതമേതായാലും മനുഷ്യൻ നന്നായാൽ മതിയെന്ന വചനവും ഈ ഉൾക്കാഴ്ചയുടെ ഫലമാണ്. ഒരു സുജന മര്യാദയുടെ പേരിൽ പറഞ്ഞ ഭംഗി വാക്കല്ല ഇതെന്ന് ഗുരുവിന്റെ ദർശനത്തിലൂടെയും ജീവിതത്തിലൂടെയും കടന്ന പോകുന്ന ആർക്കും വ്യക്തമാകും.

അരുവിപ്പുറത്ത് ആദ്യമായി ശിവലിംഗ പ്രതിഷ്ഠ നടത്തുന്ന കാല ത്തുതന്നെ ഒരു ദേവാലയം എന്നത് ജാതി മത പരിഗണനകളില്ലൂടെ മനുഷ്യൻ ഒത്തു ചേരേണ്ട ഇടമാണെന്ന ധാരണഗുരുവിനുണ്ടായിരു ന്നു. സർവ്വരും ഒത്തു ചേരുന്ന ഒരു മാതൃകാസ്ഥാനമാകണം ദേവാല യങ്ങൾ എന്ന് അദ്ദേഹം ആഗ്രഹിച്ചിരുന്നു. എന്നാൽ കേരളത്തിലെ ക്ഷേത്രങ്ങൾ അന്ന് അധഃസ്ഥിത ജാതിക്കാരെയും ഇന്ന് ഇതര മതവിഭാഗങ്ങളെയും ക്ഷേത്രത്തിൽ കയറ്റാറില്ല. അതായത്. 1888-ൽ ഗുരുദേവനുണ്ടായ ഉൾത്തെളിച്ചം ആധുനികം എന്ന് അവകാശപ്പെട്ട ന്ന നമ്മുടെ കാലത്തും വന്നു ചേർന്നിട്ടില്ല. ദൈവം ഒന്നായതുകൊണ്ട് ഏതു ദേവാലയത്തിലും ആർക്കും പ്രാർത്ഥിക്കാവുന്നതാണ്. എന്നാൽ

ഇന്നും അമ്പലങ്ങളും പള്ളികളും ചർച്ചുകളും എല്ലാം ഓരോരോ മതവി
ഭാഗക്കാരുടേതുമാത്രമായി തന്നെ നിലനിൽക്കുന്നു. കേരളത്തിൽ
മൂന്നു വിഭാഗങ്ങളും തമ്മിൽ ജീവിതത്തിലൂടെ വന്നു ചേർന്ന ഐക്യ
ത്തിന്റെ പ്രതീകമായി തൊട്ടു നിൽക്കുന്ന ആരാധനാലയങ്ങളും
എന്തിന് കൂടിക്കലരുന്ന വിശ്വാസങ്ങൾ പോലുമുണ്ട്. എന്നാൽ മത
തീവ്രതയുടെ വർത്തമാനകാലത്ത് അത്തരം സ്നേഹപാരമ്പര്യങ്ങളെ
വിലക്കാനുള്ള കല്പനകൾ എല്ലാ മതങ്ങളിൽ നിന്നും ഉണ്ടാകുന്നു
എന്ന ദുഃഖകരമായ സാഹചര്യം നിലനിൽക്കുന്നു.

നാരായണഗുരു പ്രപഞ്ചത്തിന് ആധാരമായ ആദി മഹസ്സിൽ
വിശ്വസിക്കുന്നു. ഏകമായ ഈ ചൈതന്യത്തെ ഈശ്വരൻ
എന്നോ ബ്രഹ്മമെന്നോ, അള്ളാഹുവെന്നോ, യഹോവയെന്നോ,
പിതാവെന്നോ വിളിക്കാം. ഏതായാലും ഗുരു ആസ്തികനാണ് എന്ന
കാര്യത്തിൽ ആർക്കും തർക്കമുണ്ടാവുകയില്ല. ഈ കാണായ പ്രപഞ്ചം
മുഴുവനും ഈശ്വരൻ തന്നെയാണെന്നും ഗുരു വിശ്വസിക്കുന്നു.

നീയല്ലോ സൃഷ്ടിയും സ്രഷ്ടാ-
വായയും സൃഷ്ടിജാലവും
നീയല്ലോ ദൈവമേ സൃഷ്ടി-
ക്കുള്ള സാമഗ്രിയായതും

അങ്ങനെ സൃഷ്ടിയും സ്രഷ്ടാവും ഒന്നാണെന്ന അദ്വൈത
ചിന്തയാണ് ഗുരുവിന്റേത്.

1920-ൽ *ഒരു ജാതി ഒരു മതം ഒരു ദൈവം മനുഷ്യന്* എന്ന
മുദ്രാവാക്യം മുന്നോട്ടു വെക്കുമ്പോൾ പലതരത്തിലുള്ള സംശയ
ങ്ങൾ ശിഷ്യന്മാർക്കും അനുയായികൾക്കും ഉണ്ടായിട്ടുണ്ട്. അതിൽ
'ഒരു ജാതി' എന്നത് ഗുരുവിന്റെ 'ജാതി നിർണയ'വും ജാതിലക്ഷ
ണവും വായിച്ചാൽ സംശയമില്ലാത്ത വിധം തെളിയും. മനുഷ്യർ
ജീവശാസ്ത്രപരമായി ഒരു ജാതിയാണെന്ന് ഗുരു സ്ഥാപിച്ചിട്ടുണ്ട്.
എന്നാൽ മതം അങ്ങനെയല്ലല്ലോ. വ്യവസ്ഥാപിത മതങ്ങൾ തന്നെ
ഏറെയുണ്ട്. സെമിറ്റിക് മതങ്ങളായ യഹൂദമതം, ക്രിസ്തുമതം, ഇസ്ലാം
മതം ഇങ്ങനെ മതങ്ങൾ പലതാണല്ലോ-അതുകൊണ്ട് ഗുരുതന്നെ
ഇതിന് വ്യക്തത വരുത്തണമെന്ന് ശിഷ്യർ ആവശ്യപ്പെട്ടു. സിവി.
കുഞ്ഞുരാമനുമായി ഗുരു നടത്തിയ അഭിമുഖം ഇവിടെ ചേർക്കുന്നു.
സ്വാമി   : എല്ലാമതങ്ങളുടെയും ഉദ്ദേശ്യം ഒന്നു തന്നെ. നദികൾ
           സമുദ്രത്തിൽ ചേർന്നാൽ പിന്നെ തിരക്കഴിയെന്നും

നട്ടുക്കടലെന്നും ഉണ്ടോ? ജീവാത്മാക്കൾക്ക് ഊർധ്വമു
ഖത്വം ഉണ്ടാക്കുവാനുള്ള അധികാരമേ മതങ്ങൾക്കുള്ളൂ.
അതുണ്ടായിക്കഴിഞ്ഞാൽ സൂക്ഷ്മം അവർ തന്നെ അന്വേ
ഷിച്ചു കണ്ടെത്തിക്കൊള്ളും. സൂക്ഷ്മാന്വേഷണത്തെ
സഹായിക്കുന്ന മാർഗദർശികൾ മാത്രമാണ് മതങ്ങൾ.
സൂക്ഷ്മം അറിഞ്ഞവന് മതം പ്രമാണമല്ല. മതത്തിന് അവർ
പ്രമാണമാകുന്നു. ബുദ്ധമതം പഠിച്ചാണോ ബുദ്ധൻ നിർ
വാണമാർഗം ഉപദേശിച്ചത്. ബുദ്ധൻ നിർവാണ മാർഗം
ആരാഞ്ഞറിഞ്ഞ് ആ മാർഗം ഉപദേശിച്ചു. അതു പിന്നീട്
ബുദ്ധമതമായി. ബുദ്ധനു ബുദ്ധമതം കൊണ്ടു പ്രയോജനമു
ണ്ടോ?

സി.വി   : ഇല്ല

സ്വാമി   : ക്രിസ്തുവിനു ക്രിസ്തുമതം കൊണ്ടും പ്രയോജനമില്ല
അതുപോലെ മറ്റ മതങ്ങളെക്കുറിച്ചും പറയാവുന്നതാണ്.
എന്നാൽ ബുദ്ധമതം കൊണ്ട് ബുദ്ധമതക്കാർക്കും ക്രി
സ്തുമതം കൊണ്ട് ക്രിസ്തുമതക്കാർക്കും പ്രയോജനമുണ്ട്.
അതുപോലെ എല്ലാ മതങ്ങളും അതതു മതാനുയായികൾ
ക്കു പ്രയോജനമുള്ളവ തന്നെ.

സി.വി   : ത്യാജ്യഗ്രാഹ്യ വിവേചനത്തോട്ടുകൂടി എല്ലാ മതഗ്രന്ഥ
ങ്ങളും പഠിക്കണമെന്നാണ് തൃപ്പാദങ്ങളുടെ ഉപദേശ
സാരമെന്ന് ഞാൻ മനസിലാക്കട്ടെയോ? അതു ശരിയായി
രിക്കുമോ?

സ്വാമി   : നമ്മുടെ ഉപദേശസാരം അതു തന്നെയാണ്. ആലുവയിൽ
വെച്ചുകൂടിയ സർവമത സമ്മേളനാവസരത്തിൽ നാം അതു
പ്രസ്താവിച്ചിട്ടുണ്ടല്ലോ? രാജ്യങ്ങൾ തമ്മിലും സമുദായങ്ങൾ
തമ്മിലുമുള്ള ശണ്ഠ ഒന്നു മറ്റൊന്നിനെ തോൽപ്പിക്കുമ്പോൾ
അവസാനിക്കും. മതങ്ങൾ തമ്മിൽ പൊരുതാൻ ഇടങ്ങി
യാൽ ഒന്നിനു മറ്റൊന്നിനെ തോൽപ്പിക്കാൻ കഴിയില്ല.
ഈ മതപ്പോരിന് അവസാനമുണ്ടാകണമെങ്കിൽ സമബു
ദ്ധിയോട്ടു കൂടി എല്ലാ മതങ്ങളും എല്ലാവരും പഠിക്കണം.
അപ്പോൾ പ്രധാനതത്ത്വങ്ങളിൽ അവയ്ക്കു തമ്മിൽ സാരമായ
വ്യത്യാസമില്ലെന്ന് വെളിപ്പെടുന്നതാണ്. അങ്ങനെ വെളി
പ്പെട്ടുകിട്ടുന്ന മതമാണ് നാം ഉപദേശിക്കുന്ന ഏക മതം.

അപ്പോൾ 'ഒരു മതം' എന്ന് ഗുരു പറഞ്ഞത് എല്ലാ മതങ്ങളും സാരാംശത്തിൽ ഒന്നാണ് എന്ന അർഥത്തിലാണ്. അതിനർഥം ഒരു മതമാകാൻ വേണ്ടി മറ്റൊരാൾ തന്റേതല്ലാത്ത മതം സ്വീകരിക്കേണ്ട തില്ല. ഓരോരുത്തരും സ്വന്തം മതം തന്നെ ആചരിക്കാം. എന്നാൽ മറ്റുള്ളവനും വണങ്ങുന്നത് ദൈവത്തെയാണ് എന്നൊരു തിരിച്ചറിവ് ഉണ്ടാകേണ്ടതാണ്.

ഇവിടെ പ്രശ്നം മതങ്ങളെല്ലാം നിലകൊള്ളുന്ന ആത്മനിഷ്ഠ വൈകാരിക മണ്ഡലമാണ്. ഓരോ മതക്കാരന്റെയും ആത്മീയ അഭിമാനം താൻ മാത്രം ശരിയാണെന്നതാണ്. മതങ്ങളെല്ലാം വിശ്വാസത്തിലധിഷ്ഠിതമാണ്. അതാകട്ടെ ആരും ചോദ്യം ചെയ്യാനും പാടില്ല. എന്നാൽ മതത്തിന് എല്ലാവരെയും ചോദ്യം ചെയ്യാം. തങ്ങളെ ആരും ചോദ്യം ചെയ്യരുത്. മതങ്ങളുടെ ഈ നിലപാടാണ് കാലം കയറ്റിവിട്ട ഒരുപാട് മാലിന്യങ്ങൾ മതത്തിൽ കെട്ടിക്കിടക്കാൻ കാരണം. ലോകത്തിൽ ഏറ്റവും അധികം ആളുകൾ കൊല്ലപ്പെട്ടത് മതയുദ്ധങ്ങളിലാണ്. മതങ്ങൾ ലോകത്തെല്ലായിട ത്തും നിത്യസംഘർഷത്തിന്റെ കാരണങ്ങളാണ്. മതവിദ്വേഷത്തിന് ശമനമുണ്ടാകണമെങ്കിൽ അപരനെ അംഗീകരിക്കുന്ന മനോഭാവം ഉണ്ടാകേണ്ടതുണ്ട്. ഗുരു പറയുന്നത്.

"അവനിവനെന്നറിയുന്ന തൊക്കെയോർത്താ-
ലവനിയിലാദിമമായുള്ളൊരു രാത്മരൂപം
അവനവനാത്മ സുഖത്തിനാചരിക്കുന്ന-
വയപരന്ന സുഖത്തിനായ് വരേണം."

അവൻ, ഇവൻ എന്നറിയുന്നത് ഒരേ ആത്മതത്വമാണ്. അതുകൊണ്ട് നിന്റെ പ്രവൃത്തികൾ അന്യനു കൂടി സുഖം പ്രദാനം ചെയ്യുന്നതാകണം. ഇവിടെ ഗുരു ലോകസഹോദര്യത്തിന് കാരണം സൂചിപ്പിക്കുന്നു. അവൻ നിന്റെ സഹോദരനാണ്. അതുകൊണ്ട് അവനെക്കൂടി പരിഗണിക്കുക.

ലോകത്തിന് സ്വീകാര്യമാവുന്ന ഏകമതം ഏതെന്ന ഗുരു ആത്മോപദേശ ശതകത്തിൽ സൂചിപ്പിക്കുന്നുണ്ട്.

"അഖിലരുമാത്മസുഖത്തിനായ് പ്രയത്നം
സകലരുമിങ്ങുസദാപി ചെയ്യിട്ടുന്ന
ജഗതിയിലിമ്മതമേകമെന്ന ചിന്തി-
ച്ചഘമണയാതകതാരമർത്തിടേണം"

എല്ലാവരും, ആത്മസുഖത്തിനുവേണ്ടിയാണ് പ്രയത്നം ചെയ്യു
ന്നത്. ആത്മസുഖമാണ് എല്ലാവരുടെയും മതം. ഇതിൽ നിന്നും ഒരു
കാര്യം വ്യക്തമാക്കുകയാണ്. എല്ലാവർക്കും കൂടി ഒരു മതമുണ്ടാക്കുകയാ
യിരുന്നില്ല ഗുരുവിന്റെ ലക്ഷ്യം. നിലനിൽക്കുന്ന മതങ്ങളിൽനിന്നും
മനുഷ്യസ്വഭാവമനുസരിച്ചുള്ള ഒരു പൊതു തത്വം കണ്ടെത്തുകയായി
രുന്നു ഗുരു ചെയ്തത്. മുനി നാരായണ പ്രസാദ് എഴുതുന്നു.

"മനുഷ്യനു ജീവിതം സ്വസ്ഥമാകണമെന്നുണ്ടെങ്കിൽ, അവന്റെ
ലക്ഷ്യമായ ആനന്ദപ്രാപ്തി യാഥാർത്ഥ്യമായി തീരണമെന്നുണ്ടെങ്കിൽ,
വ്യക്തിപരമായ സ്വതന്ത്രേച്ഛയും ആ പ്രകൃതിയോട്ടുള്ള വിധേയത്വ
ത്തിന്റെ പരകോടിയെയും ചേർത്തിണക്കി പരസ്പര വൈരുധ്യമില്ലാ
താക്കിയാലേ മതിയാവൂ. അതിന് രണ്ട് വഴിയാണുള്ളത്. ഒന്നുകിൽ
പ്രകൃതിയുടെ ഇച്ഛയെ തന്റെ ഇച്ഛയുടെ വഴിക്ക കൊണ്ടുവരിക.
അല്ലെങ്കിൽ തന്റെ ഇച്ഛയെ പ്രകൃതിയുടെ ഇച്ഛയ്ക്ക് വിധേയമാക്കി
ക്കൊട്ടുക്കുകയാണ്. അതിനുള്ള ഒരു മനോഭാവം നമ്മിൽ വളർ
ത്തിയെടുക്കുകയാണ് ഓരോ മതവും ഓരോ തരത്തിൽ ചെയ്യുന്നത്.
പ്രകൃതിയുടെ ഇച്ഛയെ ദൈവത്തിന്റെ തന്നെ ഇച്ഛയായി ഒരു കൂട്ടർ
കരുതും. എങ്ങനെ കരുതിയാലും വ്യക്തിയുടെ ഇച്ഛയെ ആകെയുള്ള
പ്രപഞ്ചഗതിയുടെ സ്വഭാവത്തിനു വിധേയമാക്കിക്കൊട്ടുക്കുവാനുള്ള
മനസ്ഥിതി ഉണ്ടാക്കുക തന്നെയാണ് എല്ലാ മതങ്ങളും ചെയ്യുന്നത്."

നാരായണഗുരുവിന്റെ മത ദർശനം.

-മുനി നാരായണ പ്രസാദ്.

വ്യത്യസ്തങ്ങളായ മതങ്ങളോട് എങ്ങനെ പെരുമാറണമെന്നതി
ന്റെ ഉത്തമമാതൃക നാരായണഗുരു തന്നെയായിരുന്നു. നാരായണ
ഗുരുവിന്റെ ശിഷ്യന്മാരിൽ ഗുരുവിന്റെ അഭിപ്രായമുള്ളവർ മാത്രമല്ല,
വിരുദ്ധാഭിപ്രായം ഉള്ളവരും ഉണ്ടായിരുന്നു. വിരുദ്ധാഭിപ്രായത്തിന്റെ
പേരിൽ ഗുരു ആരോട്ടും കലഹിച്ചില്ല. പ്രോത്സാഹിപ്പിക്കുകയാണ്
ചെയ്തത്. ഗുരുശിഷ്യന്മാരിൽ പ്രമുഖനായ സഹോദരൻ അയ്യപ്പൻ
ഗുരുവിന്റെ ഒരു ജാതി ഒരു മതം ഒരു ദൈവം മനുഷ്യന് എന്ന
വാക്യത്തിന് ജാതി വേണ്ട, മതം വേണ്ട, ദൈവം വേണ്ട, മനുഷ്യന്
എന്ന് പാരഡി തീർത്തു.. യുക്തിവാദികളുടെ യോഗത്തിൽ മതവും
ദൈവവും മനുഷ്യന് ആവശ്യമില്ലാത്തതാണെന്നും ക്ഷേത്രങ്ങൾ
അനാവശ്യമാണെന്നും അവ നശിപ്പിക്കേണ്ടതാണെന്നും അയ്യപ്പൻ
പ്രസംഗിക്കുന്നത് ഗുരു കേട്ടുകൊണ്ടിരുന്നു. ഒരു ഭക്തൻ ഗുരുവിനോട്

സങ്കടം പറഞ്ഞപ്പോൾ "അയ്യപ്പൻ പറഞ്ഞതാണ് ശരി" എന്ന് ഗുരു അഭിപ്രായപ്പെട്ടു. വിഗ്രഹഭഞ്ജകനായ അയ്യപ്പനും യുക്തിവാദിയായ കുറ്റിപ്പുഴയും കവിയായ ആശാനും ബുദ്ധമതത്തെ ആരാധിക്കുന്ന സി.വി. കുഞ്ഞുരാമനുമെല്ലാം ഗുരുശിഷ്യന്മാരായിരുന്നു. ഗുരു ആരുടെ മേലും ആശയങ്ങൾ കെട്ടിവെച്ചില്ല.

1914-ൽ ആലുവാ അദ്വൈതാശ്രമത്തിൽ വാഗ്ഭടാനന്ദൻ വന്നു. അവർ തമ്മിൽ വേദാന്തവിഷയമായി ചർച്ച നടന്നു. ഗുരു വിഗ്രഹ പ്രതിഷ്ഠ നടത്തുന്നതിനെ വാഗ്ഭടാനന്ദൻ ചോദ്യം ചെയ്തു ചർച്ച അവസാനിച്ചത് ഇങ്ങനെയാണ്.

വാഗ്ഭടാനന്ദൻ : അദ്വൈതവും യോഗസിദ്ധാന്തവും ക്ഷേത്രവിശ്വാ
സവും തമ്മിൽ ഒരു ബന്ധവും ഇല്ലാത്തതുകൊണ്ട്
ഞങ്ങൾ വിഗ്രഹാരാധനയെ ശക്തിപൂർവം എതിർ
ക്കുന്നു.

ഗുരു : നല്ലതാണല്ലോ. നാമും നിങ്ങളുടെ പക്ഷത്താണ്.

മതം എന്നത് അഭിപ്രായമാണ്. അതുകൊണ്ട് ഏതൊരാൾക്കും മതം മാറ്റുന്നതിനുള്ള സ്വാതന്ത്ര്യം ഉണ്ടാകണം. ഒരു വീട്ടിൽ തന്നെ അച്ഛന് ഒരു മതവും മകന് മറ്റൊരു മതവും ആകുന്നതിനും തെറ്റില്ല. എന്നാൽ സംഘടിത മതപരിവർത്തനത്തിന് ചിലർ കാണിക്കുന്ന ഉത്സാഹം ആവശ്യമില്ലാത്തതാണെന്ന പക്ഷക്കാരനായിരുന്നു ഗുരു. ബുദ്ധമതത്തിൽ ചേരാനിരിക്കുന്ന അയ്യപ്പനോട് "മനുഷ്യൻ നന്നായാൽ പോരയോ? മതം മാറ്റം അതല്ലല്ലോ? എന്നും ഗുരു പറയുന്നുണ്ട്.

1924-ൽ ആണ് ഗുരു ആലുവാ അദ്വൈതാശ്രമത്തിൽ ഒരു സർവമത സമ്മേളനം വിളിച്ചു ചേർത്തത്. മതങ്ങൾ പരസ്പരം വാദിച്ചു ജയിക്കാനല്ല, പരസ്പരം അറിയാനും അറിയിക്കാനുമായിട്ടാണ് സമ്മേളനം വിഭാവനം ചെയ്തത്. ബാഹ്യമായ ആചാരാനുഷ്ഠാനങ്ങ ളിൽ മതങ്ങൾ തമ്മിലുള്ള വ്യത്യാസത്തിന് അപ്പുറം സത്തയിൽ മതങ്ങൾ തമ്മിൽ ചേർച്ചയുണ്ട്. ആര്യസമാജം, ബ്രഹ്മസമാജം, ക്രി സ്ത്യൻ, മുസ്ലീം, ബുദ്ധമത പ്രതിനിധികൾ സമ്മേളനത്തിൽ പങ്കെടുത്തു. എല്ലാ മതങ്ങളിലും അപ്രായോഗികവും അസംബന്ധവുമായ ചില അംശങ്ങൾ ഉണ്ടാകും. അതിനെ കാലോചിതമായി പരിഷ്കരിക്കാൻ തയ്യാറാകണം. ഹിന്ദുവിന്റെ ജ്ഞാനവും ബുദ്ധന്റെ കരുണയും ക്രിസ്തു വിന്റെ സ്നേഹവും മുഹമ്മദിന്റെ സാഹോദര്യവും ചേർന്നെങ്കിലല്ലാതെ

ലോകശാന്തിക്കു യുക്തമായ മനുഷ്യജാതിയുടെ മതം പൂർണമാകില്ലെ ന്നാണ് ശ്രീനാരായണപരമഹംസൻ സിദ്ധാന്തിച്ചതെന്ന് സത്യവ്രത സ്വാമി സ്വാഗതത്തിൽ സൂചിപ്പിച്ചു.

മതത്തോടുള്ള നാരായണഗുരുവിന്റെ കാഴ്ചപ്പാട് യുക്ത്യധിഷ്ഠിതമാ യിരുന്നു. അറിവിനാണ് ഗുരു പ്രാധാന്യം നൽകിയത്. ഭൗതികവും അധ്യാത്മികവുമായ അറിവിനെ ഗുരു മാനിച്ചു. ആത്മീയതയെയും ഭൗതികതയെയും ഗുരു രണ്ടായി കണ്ടില്ല. അതുകൊണ്ടാണ് ക്ഷേ ത്രത്തോടു ചേർന്ന് ഒരു തൊഴിൽ ശാലകൂടി വേണമെന്ന് ഗുരു പറഞ്ഞത്.

ക്ഷേത്രങ്ങളോടു ചേർന്ന് വിദ്യാലയം ഉണ്ടാക്കുക എന്ന ആഗ്രഹം ഗുരുവിനുണ്ടായിരുന്നു. എന്നാൽ ഹൈന്ദവ സമൂഹം ആ ആഗ്രഹം ഏറ്റെടുത്തില്ല. എന്നാൽ ക്രിസ്ത്യൻ സമൂഹം ദേവാലയവും വിദ്യാല യവവും ഒന്നിച്ചു കൊണ്ടുപോകുന്നു. മുസ്ലീങ്ങൾ ഭാഗികമായെങ്കിലും അങ്ങനെ ചെയ്യുന്നുണ്ട്. എന്നാൽ ഹിന്ദുസമൂഹത്തിന് ആരാധനാല യത്തോട് ചേർന്ന് വിദ്യാലയം നിർമ്മിക്കാൻ കഴിഞ്ഞില്ല. അതിനു പ്രധാനകാരണം ക്ഷേത്രത്തെച്ചറ്റിപ്പറ്റി നിൽക്കുന്ന താന്ത്രിക വിശുദ്ധിയാണ്. കീഴ്ജാതിക്കാരനും ഇതരമതസ്ഥനും സ്ത്രീകളും എല്ലാം വന്നാൽ തകർന്നു പോകുന്നതാണ് ക്ഷേത്രങ്ങളുടെ വിശുദ്ധി. ക്ഷേത്രത്തെ ഒരു പൊതുഇടമല്ലാതാക്കുന്നത് വിശുദ്ധിയെക്കുറിച്ചുള്ള വരേണ്യബോധമാണ്.

നാരായണഗുരു ഏറ്റവും പ്രാധാന്യം നൽകിയത് അറിവിനാണ്. അറിവാണ് ഒരാളെ മോചിപ്പിക്കുന്നത്. ഈ അറിവില്ലാതെ പുറത്തു നിന്നൊരാൾക്ക് നിങ്ങളെ മോചിപ്പിക്കവാനാവില്ല. അതുകൊണ്ട് താന്ത്രികമായ ആരാധനകൾക്കല്ല നേരിട്ടുള്ള പ്രാർഥനകൾക്കാണ് ഗുരു ഊന്നൽ നൽകിയത്. ആരാധനാക്രമങ്ങളെ അദ്ദേഹം ലളിതമാ ക്കി. മതതത്വങ്ങളെ യുക്തി ബോധത്തോടെ വിശകലനം ചെയ്യാൻ ധീരത കാണിച്ച സന്യാസി വര്യനാണ് ശ്രീനാരായണഗുരു. മനുഷ്യ ന്റെ ധാർമിക ബോധത്തിനും നീതിബോധത്തിനും ചേരാത്ത എല്ലാ സങ്കല്പങ്ങളെയും ഗുരു ചോദ്യം ചെയ്തു.

ഭാരതീയ സന്യാസ പരമ്പരയിലെ ഏറ്റവും വലിയ വിഗ്രഹഭ ഞ്ജകനായിരുന്നു ശ്രീനാരായണഗുരു. അവർണർക്ക് ക്ഷേത്രപ്ര വേശനമില്ലാത്തകാലത്ത് അദ്ദേഹം ദേവപ്രതിഷ്ഠചെയ്ത് ക്ഷേത്രം നിർമ്മിച്ചു. പ്രതിഷ്ഠയെ സംബന്ധിച്ച എല്ലാ താന്ത്രിക വിധികളെയും

ഇരു ചോദ്യം ചെയ്ത. ആ വിപ്ലവമാണ് മതങ്ങളിലെ മാമൂൽ വിശ്വാസ ങ്ങളെ വെല്ലുവിളിക്കാനും യുക്തിഭദ്രവും ശാസ്ത്രീയവ്വമായ രീതിയിൽ മതത്തെ ശുദ്ധീകരിക്കാനും ഇടയാക്കിയത്. അന്നും ഇന്നും എന്നും യാഥാസ്ഥിതികർക്ക് പറയാനുള്ളത് ഒന്ന തന്നെയാണ്. തങ്ങളുടെ പഴയ പ്രമാണങ്ങളിൽ ഇതിന് ന്യായീകരണമുണ്ട്. ഇണ്ടൻ തിരുത്തി നമ്പ്യാതിരി ഗാന്ധിജിയോട് പറഞ്ഞത് ഇതാണ്. 1924-ൽ പോല്യം വൈക്കം റോഡിൽ അവർണന് നടക്കാൻ പോല്യം അവകാശമില്ലെ ന്നാണ് നമ്പ്യാതിരി വാദിച്ചത്. അങ്ങനെ നടക്കുന്നത് തങ്ങളുടെ അവകാശങ്ങളുടെ ലംഘനമാണെന്നും അയാൾ വാദിച്ചു. യാഥാസ്ഥി തികർ എന്നും മാറ്റങ്ങളെ കണ്ണും പൂട്ടിയെതിർക്കുന്ന. ശബരിമലയിൽ, ശനിക്ഷേത്രത്തിൽ, ദർഗകളിൽ സ്ത്രീകൾക്ക് പ്രവേശനം നൽകണം എന്ന പറയുമ്പോൾ വിദ്യാ സമ്പന്നരെന്നും പുരോഗമനവാദിക ളെന്നും പറയുന്ന കേരളം എങ്ങനെയാണ് പ്രതികരിക്കുന്നത്? മുത്തലാഖുമായി ബന്ധപ്പെട്ട് മുസ്ലീം സംഘടനകളുടെ പ്രതികരണം എങ്ങനെയാണ്?

അറിവിന്റെയോ വിവേധത്തിന്റെയോ പക്വതയുടെയോ സ്വര ങ്ങളൊന്നുമല്ല മതങ്ങളുടെ ഭാഗത്തു നിന്നും ഉണ്ടാകുന്നത്. പാരമ്പര്യ വിശ്വാസങ്ങളെ അതേപടി പിന്തുടരാൻ യാഥാസ്ഥിതിക ശക്തികൾ പടപ്പുറപ്പാട്ടമായി വരുന്ന. ശ്രീനാരായണഗുരുവിനെ പോല്യുള്ളവർ പകർന്ന തന്ന വൈകാരിക ഊർജ്ജം കേരളത്തിന് കൈമോശം വരികയാണോ? അരുവിപ്പുറത്തെ ശ്രീനാരായണന്റെ കല്ലിന് കേര ളത്തോട് ഏറെ പറയാനുണ്ട്

●

ഭാഷയും വിമോചനവും

ലോകത്തെല്ലായിടത്തും നവോത്ഥാനം ക്ലാസിക് ഭാഷകളിൽ നിന്ന് മാതൃഭാഷയിലേക്കുള്ള കൂട്ട മാറ്റമായിരുന്നു. അറിവിന്റെ ജനാധിപത്യം കടന്നു വരുന്നത് മതഭാഷകൾക്ക പകരം ജനകീയ ഭാഷകളിലേയ്ക്ക് വിജ്ഞാനം കടന്നുവരുന്നതോടെയാണ്. ഗ്രീക്ക്, ലാറ്റിൻ, സംസ്കൃതം തുടങ്ങിയ ഭാഷകളിൽ നിന്നും പ്രാദേശിക ഭാഷകളിലേക്ക് അറിവുകൾ വിവർ ത്തനം ചെയ്യപ്പെട്ടു. അറിവിനെ ഒരു നിഗൂഢതയായി സൂക്ഷിച്ചിരുന്ന ശക്തികൾ തളരുകയും ജനകീയമായ പുതിയ അധികാരരൂപങ്ങൾ ഉടലെടുക്കുകയും ചെയ്തു.

ഹിന്ദുമതത്തിലെ അടിസ്ഥാനഗ്രന്ഥങ്ങളെല്ലാം രചിക്കപ്പെട്ടത് സംസ്കൃത ഭാഷയിലായിരുന്നു. ഭാരതത്തിലെ ഭക്തി.പ്രസ്ഥാനം ഒരു തരത്തിൽ പ്രാദേശിക ഭാഷകളുടെ ഉയർത്തെഴുന്നേൽപ്പായിരുന്നു. രാമാനുജനും, ഇളസീദാസും, കമ്പരും എഴുത്തച്ഛനുമെല്ലാം വ്യത്യസ്ത അളവിൽ ഭാഷാനവോത്ഥാനത്തിന്റെ ഭാഗമായി. രാമായണം, മഹാഭാരതം ഇവയെല്ലാം ജനകീയമായിത്തീർന്നത് ഭക്തി പ്രസ്ഥാ നത്തിന്റെ കടന്നു വരവോടെയാണ്. ഈ ജനകീയതയുടെ പ്രധാന മുദ്രകളിൽ ഒന്ന് മാതൃഭാഷയായിരുന്നു.

വരേണ്യ ഭാഷ എന്നും അധികാരത്തിന്റെ പ്രയോഗമാണ്. സാധാ രണക്കാരന് അറിയാത്ത ഒരു ഭാഷയില്ലൂടെ സംസാരിക്കുമ്പോൾ അവന് ഒരു വിധേയത്വം ഉണ്ടാവുന്നു. ഇംഗ്ലീഷും സംസ്കൃതവും അറബി യുമെല്ലാം ഇത്തരം അധികാരപ്രയോഗത്തിന് ഉപയോഗിക്കപ്പെട്ടുന്നു.

ഇതിഹാസങ്ങൾ മലയാളത്തിലേയ്ക്ക് കൊണ്ടുവരാനുള്ള ശ്രമം ചീരാമനിൽ നിന്നും ആരംഭിച്ച് കണ്ണശ്ശൻമാരിലൂടെ, ചെറുശ്ശേരിയി ലൂടെ എഴുത്തച്ഛനിൽ എത്തുന്നു. ആ കാവ്യങ്ങളെ വെറുതെ വിവർ ത്തനം ചെയ്യുകയല്ല ഇവർ ചെയ്തത്. മൂലഗ്രന്ഥത്തെ പുനർവായിക്കുന്ന തരത്തിലുള്ള വിവർത്തനങ്ങളായിരുന്നു അവ.

കേരളീയ നവോത്ഥാനത്തിന് നട്ടനായകത്വം വഹിച്ച ശ്രീനാരാ യണഗുരുവിന്റെ ഭാഷാ വീക്ഷണത്തെയും കൃതികളെയും പരിശോധി ക്കാനാണ് ഈ അധ്യായത്തിൽ ശ്രമിക്കുന്നത്. മലയാളം, തമിഴ്, സംസ്കൃതം എന്നീ മൂന്നു ഭാഷകളിൽ ഗുരു കൃതികൾ രചിച്ചിട്ടുണ്ട്. മൂന്നു തരത്തിൽ പെട്ടന്ന കൃതികളാണ് ഗുരു എഴുതിയിട്ടുള്ളത്. ദാർശനിക കൃതികൾ, സ്തോത്രകൃതികൾ, അനുശാസന പരമായിട്ടുള്ളവ. ഈ മൂന്നും വെള്ളം തൊടാത്ത അറകളായി നിൽക്കുകയില്ല. ഗുരുവിന്റെ സംസ്കൃതികളിൽ ശ്രീ ശങ്കരാചാര്യരുടെ സ്വാധീനം പ്രകടമാണ്. ഇവ കൂടുതലും ആദ്യകാലത്ത് (1887-1897 വരെയുള്ള കാലഘട്ടത്തിൽ) എഴുതിയതാണ് എന്ന് നടരാജഗുരു രേഖപ്പെടുത്തിയിട്ടുണ്ട്. ഗുരു മാതൃഭാഷയിൽ ആവിഷ്കരിച്ച കൃതികൾക്കാണ് കൂടുതൽ ദാർശനിക തയും ആത്മാനുഭവ സ്പർശവും ഉണ്ടായിരുന്നത്. അദ്വൈത വേദാന്തം പോലുള്ള ഒരു തത്വചിന്തയെ ഗുരു ദ്രാവിഡ തനിമയുള്ള മലയാള ത്തിൽ ആവിഷ്കരിച്ചു.

ശ്രീനാരായണഗുരുവിന്റെ കൃതികൾ

പദ്യകൃതികൾ

സ്തോത്ര കൃതികൾ
വിനായകാഷ്ടകം (1881)
ദൈവദശകം (1914)

വിഷ്ണുസ്തോത്രങ്ങൾ
ശ്രീവാസുദേവാഷ്ടകം (1884)
വിഷ്ണ്വഷ്ടകം
ശ്രീകൃഷ്ണദർശനം

ശിവസ്തോത്രങ്ങൾ
ചിജ്ജഡചിന്തനം (1881)
മനനാതീതം
(വൈരാഗ്യദശകം) (1884)
തേവാരപ്പതികങ്കൾ (1887)
ശിവപ്രസാദപഞ്ചകം (1887-97)

സദാശിവദർശനം (1887-97)
കുണ്ഡലിനിപ്പാട്ട് (1887-97)
ഇന്ദ്രിയവൈരാഗ്യം (1887-97)
പിണ്ഡനന്ദി (1887-97)
കോലതീരേശസ്തവം (1893)
അർദ്ധനാരീശ്വരസ്തവം (1894)
സ്വാനുഭവഗീതി (അമൃതതരം
ഗിണി) (1894)
ശിവസ്തവം (പ്രപഞ്ചസൃഷ്ടി)
ചിദംബരാഷ്ടകം
ഒരു തമിഴ്ശ്ലോകം
ശിവശതകം

ദേവീസ്തോത്രങ്ങൾ

ഭദ്രകാള്യഷ്ടകം (1884)
ദേവീസ്തവം (1887-97)
കാളിനാടകം (1887-97)
മണ്ണന്തലദേവീസ്തവം (1889)
ജനനീനവരത്നമഞ്ജരി (1904)
ദേവീപ്രണാമദേവ്യഷ്ടകം

സുബ്രഹ്മണ്യസ്തോത്രങ്ങൾ

ഗ്രഹാഷ്ടകം (1881)
നവമഞ്ജരി (1884)
ഷണ്മുഖസ്തോത്രം (1887-97)
ഷണ്മുഖദശകം (1887-97)
സുബ്രഹ്മണ്യകീർത്തനം (1887-97)
ബാഹുലേയാഷ്ടകം (1887-97)
ഷാണ്മാതുരസ്തവം
വിശാഖഷഷ്ടി

ദാർശനികകൃതികൾ

അദ്വൈതദീപിക (1894)
അറിവ് (1887-97)
ബ്രഹ്മവിദ്യാപഞ്ചകം
നിർവൃതിപഞ്ചകം
ഹോമമന്ത്രം
ആത്മോപദേശശതകം (1897)
ശ്ലോകത്രയീ
ദർശനമാല (1914)
പ്രബോധനം
ധർമ്മഃ

മുനിചര്യാപഞ്ചകം
ജീവകാരുണ്യപഞ്ചകം (1914)
അനുകമ്പാദശകം (1914)
ആശ്രമം (1920)
ദത്താപഹാരം
സദാചാരം
അഹിംസ
ജാതിലക്ഷണം
ജാതിനിർണ്ണയം (1914)

തർജ്ജമകൾ

തിരുക്കുറൾ ഭാഷ (1894 –
അപൂർണ്ണം)
ഒഴുവിലൊട്ടുക്കം ഭാഷ
ഈശാവാസ്യോപനിഷദ് ഭാഷ

പലവക

ചരമശ്ലോകങ്ങൾ (1887-97)
മംഗളാശംസ (1926)
ഒരു സമസ്യാപൂരണം

ഗദ്യകൃതികൾ

ചിജ്ജഡചിന്തനം (1881)
വേദാന്തസൂത്രം
ദൈവചിന്തനം 1 (1881)
ദൈവചിന്തനം 2
ഗദ്യപ്രാർത്ഥന
ആത്മവിലാസം

ഗുരുവിന്റെ ആദ്യകാല രചനകളിൽ അനുകരണത്തിന്റെയും ബാലിശമായ ഭാഷാകസർത്തുകളുടെയും സാന്നിധ്യം കാണാവുന്ന താണ്. എന്നാൽ പിൻക്കാലത്തേക്ക് ഗുരു മാതൃഭാഷയിൽ സ്വാന ഭവങ്ങളെ ആവിഷ്കരിക്കുന്നത് ഏറെ സൂക്ഷ്മവും സുന്ദരവുമായാണ്. കവിയും പ്രവാചകനും ഒന്നിച്ച് സമ്മേളിച്ച വ്യക്തിത്വമായിരുന്ന നാരായണഗുരുവിന്റെത്. ദ്രാവിഡത്തനിമയുള്ള മലയാള പദങ്ങൾ ഗുരുവിന്റെ കവിതയിൽ സമൃദ്ധമായികാണാം. ഗുരുദേവന്റെ കവിത യെക്കുറിച്ച് ശിരോമണി എം.കെ. ഗോവിന്ദൻ പറയുന്നു."ഇവിടെ സ്വാമികളുടെ ഭാഷ സംസ്കൃതത്തോടല്ല, ദ്രാവിഡ കുടുംബത്തോ ടാണ് കൂടുതൽ കൂറ്കാണിക്കുന്നത്. ഭാഷാഗതിയിൽ മാത്രമല്ല,

കഥാസൂചനകളിലും ചിന്താഗതികളിലും സംസ്കാര പിൻതുടർച്ചയിൽ തന്നെയും ദ്രാവിഡദേശത്തോടും ദ്രാവിഡവേദാന്തത്തോടും അടുത്തു തന്നെ സ്വാമികൾ സഞ്ചരിക്കുന്നു. ബി.സി. അയ്യായിരമാണ്ടിനു മുമ്പേ തന്നെ സിന്ധു തടങ്ങളെപ്പോലും കീഴടക്കി ഭരിക്കാൻ കഴിഞ്ഞിരുന്ന ദ്രാവിഡ സംസ്കാരത്തോട് സ്വാമികൾക്ക് പക്ഷപാതം തോന്നിയതു സ്വാഭാവികമായിരുന്നു.

ആത്മീയ സാക്ഷാത്ക്കാരനഭൃതികളെ ചിത്രീകരിക്കുന്ന കുണ്ഡി ലിനിപ്പാട്ട് പച്ച മലയാളത്തിൽ എഴുതപ്പെട്ട കൃതിയാണ്. ശുദ്ധമായ മിസ്റ്റിസിസത്തിന്റെയും സിംബോളിസത്തിന്റെയും മാതൃകയാണിത്. മൂലാധാരത്തിൽ നിന്നും കുണ്ഡണ്ഡലിനി ഉണർന്ന് സഹസ്രാരപത്മ ദളങ്ങളിൽ എത്തുന്നതിന്റെ അനഭൃതികളാണ് പാട്ടിൽ ആവിഷ്കരി ക്കപ്പെടുന്നത്. ഏറ്റവും സരളമായ ഭാഷയെ ആത്മീയാനഭൃതിയുടെ ചിത്രീകരണത്തിന് ഗുരു തിരഞ്ഞെടുത്തു.

ദേഹം നിജമല്ല ദേഹിയൊരുവനീ-
ദേഹത്തില്ലുണ്ടറിഞ്ഞാട്ട പാമ്പേ
ദേഹവും ദേഹിയുമൊന്നായ് വിഴങ്ങിട്ട-
മേകനുമുണ്ടറിഞ്ഞീട്ട പാമ്പേ.

ആത്മസാക്ഷാത്ക്കാരത്തിന്റെ പൊൻപ്രഭചിതറുന്ന ആത്മോപ ദേശ ശതകവും ദർശന മാലയും ദൈവദശകവും ഗുരുവിന്റെ കവിത്വ ത്തിന്റെ മികച്ച നിദർശനങ്ങളാണ്. ഇതിൽ ആത്മോപദേശശത കത്തെ മലയാളികളുടെ ഭഗവത് ഗീതയായി സുകുമാർ അഴിക്കോട് വിലയിരുത്തുന്നു.

അവനിവനെന്നറിയുന്നതൊക്കെയോർത്താ-
ലവനിയിലാദിമമായൊരാത്മരൂപം
അവരവരാത്മസുഖത്തിനാചരിക്ക-
ന്നവ യപരന്ന സുഖത്തിനായ് വരേണം

വേദാന്തത്തിന്റെ പൊരുളും ഗുരുവിന്റെ സാമൂഹ്യവീക്ഷണവും ഈ നാലു വരിയിൽ തെളിയുന്നു.

ഗുരുവിന്റെ കൃതികളിൽ വരികളുടെ എണ്ണം കൃത്യപ്പെടുത്തിയിട്ട ണ്ട്. അതിനാൽ കൂട്ടിച്ചേർക്കലുകൾ വരുത്താൻ ആർക്കും കഴിയില്ല. ശതകവും നവരക്തമഞ്ജരിയും എല്ലാം ഉദാഹരണം. ജനനീ നവർതന മഞ്ജരി അമ്മയ്ക്ക് ചാർത്താൻ ഒമ്പതു രത്നങ്ങൾ കോർത്തി ണക്കിയ മാലയാണ്. ഒമ്പത് ശ്ലോകങ്ങളാണ് ഇതിലുള്ളത്.

ആരായുകില്‍ തിരകള്‍ നീരായിട്ടന്നു. ഫണി
നാരായിട്ടന്നു, കുടവും
പാരായിട്ടന്നതിന നേരായിട്ടന്നലക
മോരായ്ല്യുണ്ടഖിലവും
വേരായ നിന്‍ കുഴലിലാരാധനം തരണ-
മാരാലിതിന്നൊരു വരം
നേരായി വന്നിട്ടക വേരാരുമില്ല ഗതി
ഹേ രാജയോഗജനനീ.

പഞ്ചേന്ദ്രിയങ്ങള്‍ കൊണ്ട് നാമറിയുന്ന ബാഹ്യലോകം നിത്യ
സത്യമല്ലെന്ന വിവേകം, അന്വേഷണത്തിന്റെ ഒടുവില്‍ പരമ
സത്യമായ ഈശ്വരനിലേക്കുള്ള കണ്ണുറക്കല്‍ ഗുരുവിന്റെ ഓരോ
കൃതിയിലും ദര്‍ശിക്കാവുന്നതാണ്. ആരോടു സംവദിക്കുന്നതിന
വേണ്ടിയാണോ ഒരു കൃതി രചിക്കപ്പെട്ടന്നത് അവരുടെ ഭാഷയില്‍
എഴുതുക എന്നതായിരുന്ന ഗുരുവിന്റെ നയം. സംസ്കൃതവും തമിഴും
തനിക്ക നന്നായി വഴങ്ങുമെന്ന് ഗുരു തന്റെ കൃതികളിലൂടെ തെളിയി
ച്ചിട്ടുണ്ട് എന്നാല്‍ മാതൃഭാഷയിലൂടെ ഏറ്റവും സരളവും തെളിച്ചവുമുള്ള
ഭാഷയില്‍ ആത്മീയാനുഭൂതികളെ പകര്‍ന്ന നല്‍കുകവഴി ഭാഷയുടെ
സാധ്യത വെളിച്ചമാക്കാന്‍ ഗുരുവിന കഴിഞ്ഞു.

കാവ്യഭംഗികൊണ്ടും സാരള്യം കൊണ്ടും ആശയതെളിമകൊണ്ടും
അനുഗ്രഹീതമാണ് ദൈവദശകം. അദ്വൈതിയായ ഗുരു കുട്ടികള്‍ക്ക
വേണ്ടി എഴുതിയ പ്രാര്‍ത്ഥനയാണിത്. എന്ത പ്രാര്‍ത്ഥിക്കണം എന്ന്
അറിയാതുഴല്യുന്നവര്‍ക്ക് മാര്‍ഗ ദര്‍ശനമാണ് ദൈവദശകം

ആഴമേറും നിന്‍മഹസ്സാ
ആഴിയില്‍ ഞങ്ങളാകവെ
ആഴണം വാഴണം നിത്യം
വാഴണം വാഴണം സുഖം

ഈശാവാസ്യോപനിഷത്തിന ഗുരു തയ്യാറാക്കിയ വിവര്‍ത്തനം
ശ്രദ്ധേയമാണ്. വിവര്‍ത്തനങ്ങളില്‍ ഗുരു എപ്പോഴും പ്രാധാന്യം
നല്‍കിയത് ആശയത്തിനായിരുന്ന. സാരാംശം ഗ്രഹിക്കാതെ
ശബ്ദം അനുകരിക്കുന്നതുകൊണ്ട് പ്രയോജനമില്ലല്ലോ.

ഈശാവാസ്യമിദം സര്‍വ്വം
യത് കിഞ്ച ജഗത്യാം ജഗത്
തേന ത്യക്തേന ഭുഞ്ജീഥാ:

മാ ഗൃധ: കസ്യസ്വിദ്ധനം

എന്ന ഇടങ്ങുന്ന ഈശാവസ്യോപനിഷത്ത് ഗുരു വിവർത്തനം ചെയ്യല കാണാം.

ഈശ്വരൻ ജഗത്തിലെല്ലാം-
മാവസിക്കുന്നതു കൊണ്ടുനീ
ചരിക്ക മുക്തനായിശി-
ക്കാരുതാരുടെയും ധനം.

ജനങ്ങൾക്കു മനസ്സിലാകാത്ത ഭാഷ വിശ്വാസത്തെ ഒരു അധികാര പ്രയോഗമാക്കി മാറ്റുന്നു. എന്നാൽ അത് മാതൃഭാഷയി ലേക്കു മാറ്റുമ്പോൾ ജനങ്ങൾക്കു മനസ്സിലാവുകയും അത് വിമോച നത്തിനുള്ള പാതയായി മാറുകയും ചെയ്യുന്നു. ശൂദ്രസ്പർശമേൽക്കാതെ കാത്തു പോന്ന സവർണാധികാരത്തിന്റെ കോട്ടകളിലേക്കുള്ളകടന്നു കയറ്റം തന്നെയാണ് ഗുരു വിവർത്തനത്തിലൂടെ സാധിച്ചത്.

ഹരിണ്മയേന പാത്രേന
സത്യസ്യാപിഹിതം മുഖം എന്ന്
മൂടപ്പെട്ടന്ന പൊൻപാത്രും-

കൊണ്ടു സത്യമതിൻ മുഖം - എന്ന് വിവർത്തനം ചെയ്തിരിക്ക ന്നു. അർഥമറിയാതെ, ഏതോ പുണ്യം എന്ന രീതിയിൽ ഇത്തരം വരികൾ ഹൃദ്യസ്ഥമാക്കി കഴിയുന്നവരുണ്ട്. ചില ഭാഷകളിൽ നിന്നും വിവർത്തനം ചെയ്തുകഴിഞ്ഞാൽ അതിലെ പുണ്യം നഷ്ടപ്പെട്ടു പോകും എന്നും കരുതുന്നവരുണ്ട്. പ്രാർത്ഥനകളും സ്തുതികളും മാതൃഭാഷയിൽ ആകുമ്പോൾ മാത്രമേ അതിന്റെ അർഥവും താൽപ്പര്യവും ജനങ്ങൾ അറിയുകയുള്ളൂ. മൂലകൃതികൾ സംസ്കൃതത്തിലും അറബിയിലും ഒക്കെ തന്നെ ആയിരിക്കണം എന്നു കരുതുന്നവർ ധാരാളം പേരുണ്ടാകും എന്നാൽ അർഥമറിയാതെ ചൊല്ലുന്ന വരികൾ ആരുടെയും ഹൃദയ ത്തെയും ശുദ്ധീകരിക്കുകയോ വികസിപ്പിക്കുകയോ ചെയ്യുന്നില്ല. അതിനാൽ അറിവിന്റെ പ്രകാശനം മാതൃഭാഷയിലാകണമെന്ന തിരിച്ചറിവ് അദ്ദേഹത്തിനുണ്ടായി. വേദങ്ങളായാലും ഉപനിഷത്തു ക്കളായാലും അതിന്റെ മഹത്വം അതിലെ സംസ്കൃത ഭാഷയിലല്ല. അതിലെ ആശയങ്ങളിലാണ്. ഏറ്റവും ഹൃദ്യവും സരളവുമായ ഭാഷയിൽ നാരായണഗുരു ഈശാവാസ്യോപനിഷത്ത് വിവർത്തനം ചെയ്ത് അതിലെ ആശയമണ്ഡലം മലയാളിക്കു പ്രാപ്തമാക്കി. അതിന് അദ്ദേഹം കാണിച്ച ധീരതയും ഉത്സാഹവും മാതൃകാപരമാണ്.

അറിവ് എന്നതിന് വലിയ പ്രാധാന്യമാണ് നാരായണഗുരു നൽകുന്നത്. അറിവ് നൽകുന്നതിൽ ഏറ്റവും മുമ്പിൽ നിൽക്കുന്നത് മാതൃഭാഷയാണ്. എല്ലാ അറിവുകളും മാതൃഭാഷയിൽ പ്രാപ്തമാക്ക മ്പോൾ മനുഷ്യജീവിതം പ്രകാശപൂർണമാകും. മതസാഹിത്യവും ദർശനവും എല്ലാം ജനങ്ങളുടെ ഭാഷയിലേക്ക് മാറ്റപ്പെട്ടമ്പോൾ പൗരോഹിത്യം അപ്രസക്തമാകും. ഈ ദിശാബോധം നാരായണ ഗുരുവിന് ഉണ്ടായിരുന്നു. നാരായണഗുരുവിന്റെ ഭാഷാ സംഭാവനകൾ ഇനിയും പഠനമർഹിക്കുന്ന ഒരു മേഖലയാണ്.

●

ഈഴവ സന്യാസിയും ഹിന്ദുസന്യാസിയും

ചരിത്രം ഒരു പ്രവാഹമാണ്. ഇന്ന് ഇന്നലെയുടെ തുടർച്ചയാണ്. ചരിത്രത്തിൽ ഒന്നും അത്ര പുതുതല്ല. ഇന്നലെകളിൽ നിന്ന് ഇന്നിന്റെ ദർശനം ഗുണപരമായി വ്യത്യാസപ്പെട്ടുകയാണ് ചെയ്യുന്നത്. ഇന്നലെയുടെ ഒരു അംശം തീർച്ചയായും അതിൽ ഉണ്ടാകും. അതിനാൽ യാഥാസ്ഥിതികർ എന്നും എല്ലാം പഴയതാണ് എന്ന വാദിച്ചു സ്ഥാപിച്ചു കൊണ്ടിരിക്കും. ലോകത്തിൽ എന്തെങ്കിലും പുതിയതാണ് എന്ന് അവർ സമ്മതിക്കില്ല. വിമാനവും ആറ്റംബോംബും പ്ലാസ്റ്റിക് സർജറിയും ടെസ്റ്റ്യൂബ് ശിശുക്കളും എല്ലാം പണ്ടും ഉണ്ടായിരുന്നു എന്നതിൽ അവർക്ക് സംശയമൊന്നുമില്ല. ഇടക്കാലത്ത് അത് കൈമോശം വന്നതു കൊണ്ട് വീണ്ടും കണ്ടുപിടിക്കേണ്ടി വന്നതാണ്. അങ്ങനെ ഒരാൾ വാദിക്കുന്നതിൽ തെറ്റൊന്നുമില്ല. എന്നാൽ അതിന്റെ പിന്നിലെ താൽപ്പര്യം പഴമയെ അതേപടി നിലനിർത്തുക എന്നതാണ്. സമൂഹത്തിന്റെ മുന്നോട്ടുള്ള ഗതിയെ തടയുക എന്നതാണ്.

യഹൂദമതത്തിൽ നിന്നും ഉരുത്തിരിഞ്ഞതാണ് ക്രിസ്തുമതം. അതുകൊണ്ട് യഹൂദ മതം തന്നെയാണ് ക്രിസ്തുമതം എന്ന പറയാമോ? ഹിന്ദുമതത്തിൽ നിന്നാണ് ബുദ്ധജൈന മതങ്ങൾ ഉണ്ടായത്. അതുകൊണ്ട് ബുദ്ധ ജൈനമതങ്ങൾ ഹിന്ദു മതം തന്നെയാണെന്ന് ഒരാൾ വാദിച്ചാൽ എത്ര ബാലിശമാണ്. ഇന്ത്യയിൽ ഹൈന്ദവ ഫാസിസത്തിന്റെ പുനരുത്ഥാനവാദങ്ങൾ ഈ വിധം തന്നെയാണ് പുരോഗമിക്കുന്നത്. ബുദ്ധനെയും അംബേദ്ക്കറെയും ശ്രീനാരായണഗുരുവിനെയും ഹിന്ദുക്കളാക്കിയിരിക്കുന്നു. ബുദ്ധൻ സ്വന്തമായി ഒരു മതം ഉണ്ടാക്കി. അംബേദ്ക്കർ ഹിന്ദു മതത്തിലെ

ജാതീയത ഒരിക്കലും അവസാനിക്കില്ലെന്ന് തിരിച്ചറിഞ്ഞ് ബുദ്ധമ തത്തിലേക്ക് മതം മാറി. ശ്രീനാരായണഗുരുവാകട്ടെ താൻ ജാതി, മതം തുടങ്ങിയ പരിഗണനകൾ ഉപേക്ഷിച്ചിരിക്കുന്നു എന്ന് പരസ്യ പ്രസ്താവന നടത്തി. എന്നാലും ഇവരെയെല്ലാം ഹിന്ദുത്വത്തിന്റെ യാഗശാലയിലേക്ക് യാഗപശുക്കളായി ആനയിക്കപ്പെടുന്നു. യേശു ക്രിസ്തു യഹൂദനായിരുന്നു എന്നു വാദിക്കുന്നതു പോലെയാണ് ഇവരെ ഹിന്ദുക്കളായി വ്യാഖ്യാനിക്കുന്നത്.

യഹൂദ മതത്തിൽ നിന്നും നടത്തിയ ഗുണപരമായ വിച്ഛേദമാണ് ക്രിസ്തു മതത്തിന്റെ അടിസ്ഥാനം. അബ്രഹാമിൽ നിന്നും ആരംഭിക്ക ന്ന മോശയിലൂടെ വളരുന്ന പ്രവാചക പരമ്പരയിലെ കണ്ണിയാണ് യേശു. മോശയുടെ കൽപ്പനകളാണ് യഹൂദ മതത്തിന്റെ അടിസ്ഥാനം. തങ്ങൾ ദൈവത്തിന്റെ തിരഞ്ഞെടുക്കപ്പെട്ട ജനതയാണെന്ന് യഹൂദർ വിശ്വസിച്ചു. അവരുടെ ദൈവമായ യഹോവ യഹൂദരെ രക്ഷിക്കുകയും അവരെ ദ്രോഹിക്കുന്നവരെ നശിപ്പിക്കുകയും ചെയ്യുന്ന ദൈവമാണ്. യഹൂദ മതത്തോട് യേശു വിയോജിച്ചത് പ്രധാനമായും ഇതിനോടാ യിരുന്നു. ദൈവത്തിന് ഏതെങ്കിലും ഒരു വിഭാഗത്തോട് പ്രത്യേക മായ സ്നേഹമോ ദ്വേഷമോ ഇല്ല. ആരാണോ ദൈവത്തിന് പ്രിയപ്പെട്ട കാര്യങ്ങൾ ചെയ്യുന്നത് അവരെയാണ് ദൈവത്തിന് ഇഷ്ടം. അല്ലാതെ ദൈവം ഒരു വിഭാഗത്തെ മാത്രം സ്നേഹിക്കുകയില്ല. നല്ലവനായ ശമര്യക്കാരന്റെ കഥയിലൂടെ യേശു ഉദാഹരിച്ചത് അതായിരുന്നു. യഹൂദമതത്തിൽ നിന്നും യേശു നടത്തിയ ഒരു വിച്ഛേദമാണിത്. ഇത് ചെറിയ വിച്ഛേദമാണെങ്കിലും അതത്ര ചെറുതല്ല എന്നു കാണാൻ പ്രയാസമില്ല. അടിസ്ഥാനപരമായ ജീവിത സമീപനങ്ങളിലാണ് യേശു മാറ്റം വരുത്തിയത്.

വ്യഭിചാരിണികളായ സ്ത്രീകളെ കല്ലെറിഞ്ഞു കൊല്ലുന്നത് യഹൂദരുടെ രീതിയായിരുന്നു. വ്യഭിചാരിണിയെ കല്ലെറിഞ്ഞു കൊല്ലണമെന്ന മോശയുടെ വിധിയെ കണ്ണടച്ച് പിന്തുടരുകയാ യിരുന്നു അവർ. അങ്ങനെയാണ് അവർ വ്യഭിചാരിണിയായ ഒരു സ്ത്രീയെ പിടിക്കൂടി യേശുവിന്റെ അടുക്കൽ കൊണ്ടുവന്നത്. എന്നിട്ട ചോദിച്ചു. ഗുരോ, ഈ സ്ത്രീ വ്യഭിചാരക്കുറ്റത്തിൽ പിടിക്കപ്പെട്ടവ ളാണ് ഇങ്ങനെയുള്ളവരെ കല്ലെറിയണമെന്നാണ് നിയമത്തിൽ മോശ അനുശാസിക്കുന്നത് അങ്ങ് എന്തുപറയുന്നു? യേശു പറഞ്ഞു. "നിങ്ങളിൽ പാപമില്ലാത്തവൻ ആദ്യം അവളെ കല്ലെറിയട്ടെ."

അത്ര കേട്ടപ്പോൾ ഓരോരുത്തരായി സ്ഥലം വിട്ടു. യേശുവും സ്ത്രീയും മാത്രമായി. യേശു അവളോട് പറഞ്ഞു. "ഞാനും നിന്നെ ശിക്ഷയ്ക്ക് വിധിക്കുന്നില്ല പൊയ്ക്കൊള്ളുക. ഇനിമേൽ നീ പാപം ചെയ്യരുത്. മഗ്ദലന മറിയത്തിന്റെ ഈ കഥ മറ്റൊരു വിച്ഛേദമാണ്. ജാതി വ്യവസ്ഥ നടമാടിയ ഇന്ത്യൻ സമൂഹത്തിൽ നിന്ന് വിച്ഛേദിച്ച് മുന്നോട്ട പോയ എല്ലാ പരിഷ്കരണ ശ്രമങ്ങളെയും വീണ്ടും സവർണ ഹിന്ദുത്വത്തിന്റെ നകത്തിന കീഴിലേയ്ക്ക് പുനരാനയിക്കുന്ന ചരിത്ര സന്ദർഭത്തിൽ ശ്രീനാരായണഗുരുവിനെ ഒരു ഹിന്ദുസന്യാസിയായി വിലയിരുത്തുന്നതിന്റെ താൽപര്യങ്ങൾ തിരിച്ചറിയേണ്ടതുണ്ട്.

ശ്രീനാരായണഗുരുവിനെ ഹിന്ദുസന്യാസിയായി കാണുന്നവരുടെ വാദങ്ങൾ ഇതൊക്കെയാണ്. ഹിന്ദുമതത്തിലെ ഒരു പരിഷ്കർത്താവാ യിരുന്ന ശ്രീനാരായണഗുരു. ഹൈന്ദവമായ അദ്വൈത ചിന്തയാണ് ശ്രീനാരായണഗുരുവിന്റേത്. ഭാരതീയമായ ഷട് ദർശനങ്ങളിൽ ഒന്നാണ് അദ്വൈതം; ശ്രീനാരായണഗുരു പ്രതിഷ്ഠിച്ചത് മുഴുവൻ ഹിന്ദു ദൈവങ്ങളെയാണ്. അദ്ദേഹത്തിന്റെ കൃതികളിലെ ദേവ താസ്തുതികളെല്ലാം ഹിന്ദു ദൈവങ്ങളെക്കുറിച്ചാണ്. അദ്ദേഹം മറ്റു മതങ്ങൾക്ക് ആരാധനാലയങ്ങൾ നിർമ്മിച്ചിട്ടില്ല. അദ്ദേഹം മതങ്ങ ളുമായി ബന്ധപ്പെട്ട് സ്തുതികൾ എഴുതിയിട്ടില്ല, പിന്നെ അതിനെ നിന്ദിക്കാനും പോയിട്ടില്ല. അത് ഹിന്ദുവായതു കൊണ്ടാണ്. മതം മാറ്റത്തെ അദ്ദേഹം എതിർത്തിട്ടുണ്ട്. നാരായണഗുരു ഒരു ഹിന്ദു സന്യാസിയാണ്. സന്യാസം എന്ന സങ്കല്പം തന്നെ ഭാരതീയമാണ്.

മേൽപറഞ്ഞ കാര്യങ്ങളെല്ലാം സത്യം തന്നെയാണ്. എന്നാൽ ഇവയെല്ലാം ഭാഗികസത്യങ്ങളാണ്. ശ്രീനാരായണഗുരുവിന്റെ ജാതി മത കോളങ്ങളിൽ ഈഴവ എന്നും ഹിന്ദു എന്നും തന്നെയാണ് എഴുതേണ്ടത്. അദ്ദേഹത്തിന്റെ ചിന്തകൾ ഹിന്ദു മതവുമായി ബന്ധ പ്പെട്ടായിരുന്നു. അദ്ദേഹത്തിന് കൂടുതൽ ബന്ധമുണ്ടായിരുന്നത് ഹിന്ദുക്കളുമായിട്ടായിരുന്നു. അദ്ദേഹം പ്രതിഷ്ഠിച്ചത് ഹിന്ദു ദൈവങ്ങ ളെയായിരുന്നു എന്നതും ഭാഗിക സത്യമാണ്. എന്നാൽ സമർഥമായി മറച്ച വെക്കുന്ന ഒന്നുണ്ട്. അദ്വൈത ചിന്തയില്ലൂടെ നാരായണഗുരു നടന്നു തീർത്ത വഴികൾ അതിനുമുമ്പ് മറ്റാരെങ്കിലും സഞ്ചരിച്ചതല്ല. ജീവിതത്തെക്കുറിച്ചും ദർശനത്തെക്കുറിച്ചും അദ്ദേഹം നൽകിയ വെളിച്ചങ്ങൾ ഹിന്ദു എന്ന കള്ളിയിൽ നിന്നും മനുഷ്യൻ എന്ന സംവർഗത്തിലേയ്ക്ക് വികസിക്കുന്നതാണ്. അത്തരം വെളിച്ചങ്ങളെ

പാടേ തമസ്ക്കരിച്ച കൊണ്ടാണ് നാരായണഗുരുവിനെ ഒരു ഹിന്ദുസ ന്യാസിയായി വിഗ്രഹവൽക്കരിച്ചത്.

ഹിന്ദുമതത്തെ താങ്ങി നിർത്തിയിരുന്ന ശ്രേണി ബദ്ധമായ ജാതി വ്യവസ്ഥയെ വെല്ലുവിളിക്കുക വഴി ഗുരു സാധിച്ചതും ഗുണപരമായ വിച്ഛേദമായിരുന്നു. നാരായണഗുരുവിന്റെ ഹിന്ദുമതം ഒരിക്കലും പഴയ ഹിന്ദുമതമായിരുന്നില്ല. അത് നൂതനമായ ഒന്നായിരുന്നു. എന്നാൽ ഇത്തിരി വട്ടം മാത്രം കാണുന്ന അധോമുഖവാമനന്മാർ അതിനെ വീണ്ടും പഴയ ഹിന്ദുമതം തന്നെ ആക്കുന്നതിനായി പരിശ്രമിക്കുന്നു. അങ്ങനെ നാരായണഗുരു ഹിന്ദുമതത്തിലെ ഒരു ജാതിയുടെ പരി ഷ്കർത്താവായി ന്യൂനീകരിക്കപ്പെട്ടുന്നു. ഓരോ സമയം ഈഴവനും ഹിന്ദുവുമായി ഗുരുവിനെ നിലനിർത്തുന്നു.

വളരെ സൗമ്യമായി നാരായണഗുരു വെല്ലുവിളിച്ചത് ഹിന്ദുമത ത്തിലെ ജാതി വ്യവസ്ഥയെയും വർണാശ്രമവ്യവസ്ഥയെയുമാണ്. വർണധർമം എന്നത് ഹിന്ദുത്വത്തിന്റെ അടിസ്ഥാനമെന്ന് അന്നും, ഇന്നും ഹിന്ദുദാർശനികർ വാദിച്ചറപ്പിക്കുന്നുണ്ട്. ഗുരു-ദൈവം-ഹിന്ദു എന്ന ലേഖനത്തിൽ പ്രഫൽ കൃഷ്ണൻ സി.ആർ എഴുതുന്നു. "മതം, ജാതി, എന്നിവയെക്കുറിച്ചും ഗുരുദേവന് കൃത്യമായ ധാരണ ഉണ്ടാ യിരുന്നു. അത് ഇന്ന് പലരും പറയുന്നതുപോലെ ഹിന്ദു വിരുദ്ധമായ കാര്യമായിരുന്നില്ല. ജാതിക്കും ജാതീയമായ ഉച്ചനീചത്വങ്ങൾക്കും, അയിത്താചാരണത്തിനും ശാസ്ത്രപിൻബലമില്ല എന്ന് പഠിപ്പിച്ച അദ്ദേഹം ഗീത ഉപദേശിക്കുന്ന ചാതുർവർണ്യത്തെ നിരാകരി ക്കുന്നില്ല. പക്ഷെ പിൻക്കാലത്ത് വർണം ജന്മാവകാശമായി പിടിച്ചെട്ടുക്കുന്ന സമ്പ്രദായത്തിന് വഴിമാറിയതാണ് സകലമായ ആചാരങ്ങൾക്കും കാരണമായതെന്ന് അവിടുന്നു പറഞ്ഞിട്ടുണ്ട്. അതു കൊണ്ടുകൂടിയാണ് ജാതിഭേദവും മതദ്വേഷവുമില്ലാതെയാണ് എല്ലാവരും ജീവിക്കേണ്ടത് എന്ന് അദ്ദേഹം ഉപദേശിച്ചത്."

ഇതിലെ വാദമനുസരിച്ച് ശ്രീനാരായണഗുരു ജാതിയ്ക്ക് എതിരും വർണത്തിന് അനുകൂലവുമായിരുന്നു എന്നാണ്. ഇത് വസ്തുതകളെ വളച്ചൊടിക്കലാണ്. വർണ വ്യവസ്ഥയ്ക്ക് അനുകൂലമായി ഗുരു ഒന്നും പറഞ്ഞിട്ടില്ല. എന്നാൽ പ്രതികൂലമായി പല സംഭാഷണങ്ങളിലും തന്റെ വിപ്രതിപത്തി രേഖപ്പെടുത്തിയിട്ടുണ്ട്. ഈ ഗ്രന്ഥത്തിൽ തന്നെ ആ സംഭാഷണങ്ങൾ ഉൾപ്പെടുത്തിയിട്ടുള്ളതു കൊണ്ട് ആവർത്തിക്കുന്നില്ല. സൂര്യന മറക്കെട്ടാൻ സാധിക്കാത്ത പോലെ

ഇരു വാക്യങ്ങൾ തന്നെ സൂര്യതേജസ്സോടെ നിലകൊള്ളുന്നു. ന ബ്രാഫണാദിരസൈ്യവം തത്വം വേത്തി കോപിന:

ഹിന്ദുമതത്തിലെ അയിത്താചാരത്തിന് ശാസ്ത്രീയമായ പിൻബലമില്ലാത്തതു കൊണ്ടാണ് ഇരു ജാതിഭേദവും മതദ്വേഷവ്വമില്ലാതെ ജീവിക്കണമെന്നു പറഞ്ഞത് എന്ന് പ്രഫുൽ കൃഷ്ണൻ പറയുന്നു. ഹിന്ദുമതത്തിലെ അയിത്താചാരത്തിന്റെ പേരിൽ എന്തിനാണ് മതദ്വേഷമില്ലാതെ ജീവിക്കുന്നത്? അങ്ങനെ ജീവിക്കാൻ വെറുതെ ഉപദേശിക്കുകയായിരുന്നില്ല ഇരു. ഒരു ക്ഷേത്രമുണ്ടാക്കി അവിടേയ്ക്ക് ജാതി മത ഭേദമില്ലാതെ മനുഷ്യരെ സ്വാഗതം ചെയ്യുകയായിരുന്നു. സർവരെയും അഭിസംബോധന ചെയ്യുന്ന നാരായണഇരുവിന്റെ ചിന്തയും ഭാഷയും തിരിച്ചറിയാതിരിക്കുകയോ തിരിച്ചറിഞ്ഞില്ലെന്ന് നടിക്കുകയോ ആണ് ചിലർ.

നാരായണഇരു പ്രതിഷ്ടിച്ചത് ഹിന്ദുദൈവങ്ങളെയായിരുന്നു. ധാരാളം ക്ഷേത്രങ്ങളിൽ ഇരു പ്രതിഷ്ട നടത്തിയിട്ടുണ്ട്. 1888 ലെ ശിവലിംഗ പ്രതിഷ്ട മുതൽ 1929 വരെ നീളുന്ന ഏകദേശം 40 വർഷത്തോളം നീണ്ട കാലയളവിൽ ധാരാളം പ്രതിഷ്ടകൾ ഇരു നടത്തി. അദ്വൈതിയായ ഇരു സാധാരണക്കാർക്കു വേണ്ടി ദൈവദശകം രചിച്ചതുപോലെ സാധാരണക്കാർക്കു വേണ്ടിയാണ് ഇരു പ്രതിഷ്ടകൾ നിർവഹിച്ചത്. അവസാനകാലമാകുമ്പോഴേക്കം ഓങ്കാരം, പ്രഭ, വിളക്ക്, കണ്ണാടി ഇങ്ങനെ പ്രതിഷ്ടകൾ കൂടുതൽ മൂർത്തത്തിൽ നിന്ന് അമൂർത്തത്തിലേയ്ക്ക് വികസിക്കുന്നതു കാണാം. അദ്ദേഹം സ്ഥാപിച്ച ക്ഷേത്രങ്ങൾ പിൽക്കാലത്ത് ഹൈന്ദവ ആചാരങ്ങളെ പിന്തുടർന്ന വ്യവസ്ഥാപിതക്ഷേത്രങ്ങൾ മാത്രമായി മാറി എന്നത് വിസ്മരിക്കുന്നില്ല.

ശ്രീനാരായണഇരുവിന്റെ കൃതികൾ 'ഹിന്ദുദേവതാ സ്തുതി'പരങ്ങളാണ് എന്നാണ് ഒരു വാദം. ആദ്യകാലത്ത് ഇരു രചിച്ച കൃതികൾ കൂടുതലും സംസ്കൃതത്തിലും ദേവതാ സ്തുതിപരവ്വമാണ്. എന്നാൽ ക്ഷേത്രത്തിലെന്ന പോലെ കൃതികളുടെ ഉള്ളടക്കത്തിലും വലിയ മാറ്റങ്ങൾ ഉണ്ടാകുന്നുണ്ട്. കുട്ടികൾക്ക പ്രാർത്ഥനയ്ക്കായി 'ദൈവദശകം' എഴുതുമ്പോൾ ദൈവത്തെ ഏതെങ്കിലും മതത്തിന്റെ കോണിലൂടെയല്ല ഇരു കണ്ടത്. പൊതുവായ ദൈവം എന്ന സങ്കൽപമാണ് ഉയർത്തിപ്പിടിക്കുന്നത്.

ആദ്യത്തെ ശിവപ്രതിഷ്ഠ മുതൽ മനുഷ്യനെ അഭിസംബോധന ചെയ്യാനാണ് ഗുരു ശ്രമിക്കുന്നത്. സർവരും സോദരത്വേനവാഴുക എന്ന വലിയ സ്വപ്നമാണ് ഗുരു ദർശിച്ചത്. ദയാനന്ദ സരസ്വതിയും ചട്ടമ്പിസ്വാമികളുമെല്ലാം ഇതര മതനിന്ദ നടത്തുമ്പോൾ ശ്രീനാരായണഗുരു ഒരിക്കൽ പോലും ഇതരമത നിന്ദ നടത്തുന്നില്ല. പരമേശ പവിത്ര പുത്രനോ എന്ന ക്രിസ്തുവിനെയും കരുണാവാൻ നബി മുത്തു രത്നമോ എന്ന മുഹമ്മദ് നബിയെയും ആദരിക്കുകയാണ് അദ്ദേഹം ചെയ്തത്. പല മതസാരവുമേകമെന്ന് തിരിച്ചറിഞ്ഞ ജ്ഞാനിയായിരുന്നു അദ്ദേഹം. മുസ്ലീംങ്ങൾക്ക് ഒരു പള്ളി ഉണ്ടാക്കി കൊടുക്കാൻ ഒരുക്കമാണെന്ന് അദ്ദേഹം പറഞ്ഞിരുന്നു. എന്നാൽ ആരും അദ്ദേ ഹത്തെ അതിനായി സമീപിച്ചില്ല.

1916-ലെ നമുക്ക ജാതിയില്ല വിളംബരവും 1924 ലെ സർവ മത സമ്മേളനവും നാരായണഗുരുവിന്റെ ജീവിതത്തിന്റെ ദിശാസൂചിക ളാണ്. ജീവിതം കൊണ്ട് മതജാതി വിമുക്തനായി മനുഷ്യനായി ജീവിക്കാൻ ആഗ്രഹിച്ച ഒരു വ്യക്തിയെ വീണ്ടും ജാതി മതങ്ങളുടെ കള്ളികളിലേയ്ക്ക് വലിച്ചടുപ്പിക്കുന്നത് ആ വ്യക്തിയുടെ ചിന്തയോട് ചെയ്യുന്ന വലിയ പാതകമാണ്. നാരായണഗുരുവിന്റെ തന്നെ ഉപമയെ അടിസ്ഥാനമാക്കിപ്പറഞ്ഞാൽ സാഗരത്തിലെത്തിയ ജലമായിരുന്നു അദ്ദേഹം. സാഗരത്തിലെത്തിയാൽ പിന്നെ നദിയുടെ പേരിന് പ്ര സക്തിയില്ലെന്നാണ് ഗുരു പറഞ്ഞത്. അതുപോലെ മതങ്ങൾ ദൈവ ത്തിലേക്കുള്ള നദികളാണ്. ദൈവത്തിലെത്തിയ മതത്തിന് പിന്നെ പ്രസക്തിയില്ല. എന്നാൽ സാഗരത്തിലേയ്ക്കുള്ള യാത്രയ്ക്കിടയിൽ ചളിക്കെട്ടുകളിൽ പൂണ്ടുപോയ മതഭ്രാന്തർക്ക് നാരായണഗുരുവിനെ മനസ്സിലാക്കാൻ ബുദ്ധിമുട്ടുതന്നെയാണ്. ബ്രഹ്മം സത്യമാണെന്നും ജഗത് മിഥ്യയാണെന്നും എന്നാൽ ജാതിയും വർണവുമെല്ലാം അതി നേക്കാൾ പരമസത്യങ്ങളാണെന്നും കരുതുന്ന ചപ്പടാച്ചിയെ എന്തു പേരു പറഞ്ഞാണ് വിളിക്കേണ്ടത്?

ഇവിടെ യഥാർഥ പ്രശ്നം നാരായണഗുരു അടക്കമുള്ള നവോത്ഥാന ശിൽപികളെ നാം എങ്ങനെ വായിക്കണമെന്നതാണ്. ചരിത്ര ത്തിന്റെ ഗതിയിൽ ഇന്ധനമായിത്തീർന്ന ഇവരുടെ ചിന്തകളെ, രത്നസമാനം പ്രഭ ചൊരിഞ്ഞ അവരുടെ ആശയങ്ങളെ വെറും കരി ക്കട്ടകളാക്കുന്ന, കാലത്തെ പിറകോട്ടടിപ്പിക്കുന്ന രീതിയിലാണോ നാം വായിക്കേണ്ടത്. നാരായണഗുരുവിന്റെ പിന്തുടർച്ചാവകാശം

ആർക്കാണ്? ഇവിടത്തെ പുരോഗമന ശക്തികൾക്കാണോ? അതോ ഫ്യൂഡൽ ജാതിജന്മി ബോധത്തിന്റെ പ്രേതാത്മവ്യകൾക്കാണോ?

ആധുനിക കേരളത്തിന്റെ ശിരോലിഖിതമായിത്തീർന്ന മതേതര ബോധത്തിന്റെ ഊർജ്ജ പ്രഭാവമായിരുന്ന നാരായണഗുരു. ജാതീയ നുകത്തിനു കീഴിൽ ജീവിതവും മനസ്സും കോടിപ്പോയ ലക്ഷോല ക്ഷം ജനങ്ങളെ സ്വാതന്ത്ര്യത്തിന്റെ വെളിച്ചത്തിലേക്ക നയിച്ചത് അദ്ദേഹമാണ്. ബ്രാഹ്മണ്യത്തിന്റെ സവിശേഷാധികാരങ്ങളുടെ കുത്തകയാണ് ഗുരു തകർത്തത്. എല്ലാ അനുഷ്ഠാനങ്ങളുടെയും താന്ത്രികതയുടെയും രൂപത്തിൽ ബ്രാഹ്മണ്യം ഇന്ന് മടങ്ങി വരുന്നു. ജാതിബോധവും ഫ്യൂഡൽ ബോധവുമെല്ലാം കോർപ്പറേറ്റ് അകമ്പടി യോടെ കൊമ്പുകുലുക്കി വരുന്ന ഒരു ഫാസിസ്റ്റ് കാലത്ത് നാരായ ണഗുരുവിനെ വായിക്കുമ്പോൾ ജാഗ്രത കൈമോശം വരരുത്. ഹിന്ദു സന്യാസിമാരിൽ ഒരാളായി നാരായണഗുരുവിനെ ഒതുക്കുമ്പോൾ ഗുരു ചിന്തയുടെ വിസ്ഫോടനാത്മകമായ ഊർജ്ജമാണ് കൈമോശം വരുന്നത്.

●

അനുബന്ധം

സംവാദം
സംഭാഷണം
അഭിമുഖം
രചനകൾ

വാഗ്ഭടാനന്ദനുമായുള്ള സംവാദം

വാഗ്ഭടാനന്ദഗുരുദേവൻ അദ്വൈതവാദിയായ വേദാന്ത പണ്ഡിതനായിരുന്നു. എല്ലാം ആത്മാവുതന്നെ എന്നു വിശ്വസിച്ചിരുന്ന അദ്ദേഹം ക്ഷേത്രാരാധനയ്ക്ക് എതിരായിരുന്നു. ഗുരുവുമായി സംസാരിക്കാൻ 1914-ൽ ആലുവ അദ്വൈതാശ്രമത്തിൽ വന്നു.

വാഗ് : സ്വാമി അദ്വൈതിയാണല്ലോ. അതുകൊണ്ടാണ് അങ്ങയെ സന്ദർശിക്കണമെന്ന് കുറച്ച കാലമായി ആഗ്രഹിക്കുന്നത്. അതിനുള്ള ഭാഗ്യം ഇപ്പോഴാണുണ്ടായത്.

ഗുരു : നാം അദ്വൈതിതന്നെ. ഗുരുക്കളും അദ്വൈതിയല്ലോ? അപ്പോൾ നാം ഒന്നാണ്.

വാഗ് : അങ്ങ് ക്ഷേത്രങ്ങൾ സ്ഥാപിക്കുകയും പ്രതിഷ്ഠ നടത്തു കയും ചെയ്യുന്നുണ്ടല്ലോ, അദ്വൈതവും അതും തമ്മിൽ എങ്ങനെ പൊരുത്തപ്പെടും?
(ഗുരുവിന്റെ മുഖത്ത് ഒരു സാക്ഷതമന്ദസ്മിതം വിരിഞ്ഞു. തെല്ലുനേരം കഴിഞ്ഞ് പറഞ്ഞു.)

ഗുരു : ജനങ്ങൾ സൈ്വര്യം തരണ്ടേ? അവർക്ക് ക്ഷേത്രം വേണം. പിന്നെ കുറേ ശുചിത്വമെങ്കിലും ഉണ്ടാകുമല്ലോ എന്ന് നാമും വിചാരിച്ചു.

വാഗ് : അങ്ങ് ഒരു ആചാര്യനാണ്. അങ്ങയുടെ സിദ്ധാന്തത്തിന് ജനങ്ങളെ വഴക്കിയെടുക്കേണ്ടതല്ലോ?

ഗുരു   : നാം ആദ്യകാലത്ത് അവരെ വിളിച്ചു. വിളികേട്ട് ആരും
               വന്നില്ല.

വാഗ്   : അദ്വൈതവും യോഗസിദ്ധാന്തവും ക്ഷേത്രവിശ്വാസവും
               തമ്മിൽ ഒരു ബന്ധവും ഇല്ലാത്തതുകൊണ്ട് ഞങ്ങൾ വിഗ്ര
               ഹാരാധനയെ ശക്തിപൂർവം എതിർക്കുന്നു.

ഗുരു   : നല്ലതാണല്ലോ. നാമും നിങ്ങളുടെ പക്ഷത്താണ്.

●

ഗാന്ധിജി ശിവഗിരിയിൽ

1925 മാർച്ച് മാസത്തിൽ മഹാത്മാഗാന്ധി വർക്കല ശിവഗിരി ആശ്രമത്തിൽ വന്ന് ഗുരുവിനെ സന്ദർശിച്ചു. ഗാന്ധിജിയുടെ കൂടെ സി. രാജഗോപാലാചാരി(രാജാജി)യും ഉണ്ടാ യിരുന്നു. സംഭാഷണത്തിൽ നിന്ന്

ഗാന്ധിജി : സ്വാമിക്ക് ഇംഗ്ലീഷ് അറിയില്ലേ?

ഗുരു : ഇല്ല, മഹാത്മജിക്ക് സംസ്കൃതം അറിയാമോ?

മഹാത്മജി : ഇല്ല. ഹിന്ദുക്കളുടെ പ്രമാണഗ്രന്ഥങ്ങളിൽ അയിത്താ ചാരം വിധിച്ചിട്ടുള്ളതായി സ്വാമിജിക്കറിവുണ്ടോ?

ഗുരു : ഇല്ല

മഹാ : അധഃകൃതവർഗക്കാരുടെ അവശതകളെ തീർക്കുന്ന തിന് അയിത്തോച്ചാടനത്തിനപ്പുറമേ എന്തെല്ലാം വേണമെന്നാണ് സ്വാമിജിയുടെ അഭിപ്രായം?

ഗുരു : അവർക്ക് വിദ്യാഭ്യാസവും ധനവും ഉണ്ടാകണം. മിശ്ര വിവാഹമോ മിശ്രഭോജനമോ വേണമെന്ന പക്ഷമില്ല.

മഹാ : മതപരിവർത്തനം ചെയ്യണമെന്നും അതാണ് സ്വാത ന്ത്ര്യലബ്ധിക്ക് ശരിയായ വഴിയെന്നും ചിലർ അഭിപ്രായ പ്പെടുന്നുണ്ട്. സ്വാമിജി അതിന് അനുവദിക്കുന്നുണ്ടോ?

ഗുരു : മതപരിവർത്തനം ചെയ്യവർക്ക് സ്വാതന്ത്ര്യങ്ങൾ ലഭിച്ചവരുന്നതായി കാണുന്നുണ്ട്. അതു കാണുമ്പോൾ ജനങ്ങൾ മതപരിവർത്തനം നടന്നെന്നു പറയുന്നതിൽ അവരെ കുറ്റപ്പെടുത്താനാവില്ല.

മഹാ : ആധ്യാത്മികമായ മോക്ഷലാഭത്തിന് ഹിന്ദുമതം മതിയാകുമെന്ന സ്വാമിജി വിചാരിക്കുന്നുണ്ടോ?

"

ഗുരു		: അന്യമതങ്ങളിലും മോക്ഷമാർഗമുണ്ടല്ലോ?

മഹാ		: ആധ്യാത്മികമായ മോക്ഷത്തിനു മതപരിവർത്തനം ആവശ്യമെന്നു സ്വാമിജിക്ക് അഭിപ്രായമുണ്ടോ?

ഗുരു		: ഇല്ല, ലൗകികമായ സ്വാതന്ത്ര്യത്തെയാണല്ലോ ജനങ്ങൾ അധികം ഇച്ഛിക്കുന്നത്?

മഹാ		: ലൗകിക സ്വാതന്ത്ര്യത്തിനാണല്ലോ നാം പരിശ്രമി ക്കുന്നത്. അത്. സഫലമാകാതെ വരുമോ?

ഗുരു		: പൂർണഫലപ്രാപ്തിക്ക് മഹാത്മജി വീണ്ടും അവതരി ക്കേണ്ടിവരും.

മഹാ		: സ്വാമിജിയുടെ ക്ഷേത്രത്തിൽ എല്ലാവർക്കും പ്രവേശനം അനുവദിച്ചിട്ടുണ്ടോ?

ഗുരു		: ഉണ്ട്. പുലയക്കുട്ടികളും പറയക്കുട്ടികളും ശിവഗിരി യിൽ മറ്റുള്ളവരോടൊപ്പം ഊണു കഴിച്ച് താമസിച്ച പഠിക്കുന്നുണ്ട്. ആരാധനയിൽ സംബന്ധിക്കുന്നുണ്ട്.

മഹാ		: വളരെ സന്തോഷം.

ശിവഗിരിയിൽനിന്നും മടങ്ങുമ്പോൾ ഗാന്ധിജി ഇങ്ങനെ പ്രസ്താ വിച്ചു- "മനോഹരമായ തിരുവിതാംകൂർ രാജ്യം സന്ദർശിക്കാനും പുണ്യാത്മാവായ ശ്രീനാരായണഗുരുസ്വാമികളെ ദർശിക്കാനും ഇടയായത് എന്റെ ജീവിതത്തിലെ പരമഭാഗ്യമായി ഞാൻ വിചാരി ക്കുന്നു. ഗുരുസ്വാമികളുടെ മാഹാത്മ്യത്തെക്കുറിച്ച് റീജന്റ് മഹാറാണി തിരുമനസ്സുകൊണ്ട് എന്നോട്ടും സംസാരിക്കുകയുണ്ടായി."

●

ജാതിലക്ഷണം

പുണർന്നു പെറ്റമെല്ലാമൊ-
രിനമാം പുണരാത്തത്
ഇനമല്ലിനമാമിങ്ങൊ-
രിണയാർന്നൊത്ത കാൺമതും

ഓരോ ഇനത്തിനം മെയ്യ-
മോരോ മാതിരിയൊച്ചയും
മണവും ചുവയും ചൂടും
തണുവും നോക്കുമോർക്കണം

ഇടർന്നോരോന്നിലും വെവ്വേ-
റടയാളമിരിക്കയാൽ
അറിഞ്ഞീടുന്നു വെവ്വേറെ
പിരിച്ചോരോന്നമിങ്ങു നാം

പേരുരു തൊഴിലീ മൂന്നം
പൊരുമായതു കേൾക്കുക!
ആരു നീയെന്നു കേൾക്കേണ്ട
നേരു മെയ്ത്തന്നെ ചൊല്ലയാൽ

ഇനമാർന്നടൽ താൻ തന്റെ-
യിനമേതെന്നു ചൊൽകയാൽ
ഇനമേതെന്നു കേൾക്കില്ല
നിനവും കണ്ണുമുള്ളവർ

പൊളി ചൊല്ലന്നിനം ചൊൽവ-
തിഴിവെന്ന നിനയ്ക്കയാൽ,
ഇഴിതില്ലിനമൊന്നാണ
പൊളി ചൊല്ലരുതാരുമേ

ആണം പെണ്ണം വേർതിരിച്ച
കാണംവണ്ണമിനത്തെയും
കാണണം കുറികൊണ്ടിമ്മ-
ട്ടാണ നാമറിയേണ്ടത്.

അറിവാമാഴിയിൽ നിന്ന
വരുമെല്ലാവുടമ്പില്യം
കരുവാണിന,മീ നീരിൻ
നിരതാൻ വേരുമായിട്ടം

അറിവാം കരുവാൻ ചെയ്ത
കരുവാണിനമോർക്കുകിൽ
കരുവാർന്നിനിയും മാറി
വരുമീ വന്നതൊക്കെയും

ഇനമെന്നിതിനെച്ചൊല്ല-
ന്നിന്നതെന്നറിയിക്കയാൽ
ഇനമില്ലെങ്കിലില്ലൊന്ന-
മിന്നതെന്നുള്ളളുഴിയിൽ

●

ജാതി നിർണ്ണയം

മനുഷ്യാണാം മനുഷ്യത്വം
ജാതിർഗോത്വം ഗവാം യഥാ
ന ബ്രാഹ്മണാദിരസ്യൈവം
ഹാ! തത്ത്വം വേത്തി കോ/പിന.

ഒരു ജാതി ഒരുമതം ഒരു ദൈവം മനുഷ്യന്
ഒരു യോനിയൊരാകാരമൊരു ഭേദവുമില്ലതിൽ

ഒരു ജാതിയിൽനിന്നല്ലോ പിറന്നീടുന്ന സന്തതി
നര ജാതിയിതോർക്കുമ്പോഴൊരു ജാതിയില്ലുള്ളതാം

നരജാതിയിൽ നിന്നത്രേ പിറന്നീടുന്ന വിപ്രനും
പറയൻതാനുമെന്തുള്ളതന്തരം നരജാതിയിൽ?

പറച്ചിയിൽ നിന്നു പണ്ടു പരാശരമഹാമുനി
പിറന്നു മറസൂത്രിച്ച മുനി കൈവർത്തകന്യയിൽ

ഇല്ലജാതിയിലൊന്നുണ്ടോവല്ലതും ഭേദമോർക്കുകിൽ
ചൊല്ലേറും വ്യക്തിഭാഗത്തിലല്ലേ ഭേദമിരുന്നിട്ടൂ.

●

'നമുക്ക് ജാതിയില്ല'
ഒരു വിളംബരം

അദ്വൈതാശ്രമം
ആലുവാ
1091 ഇടവം 15

നാം ജാതി-മതഭേദം വിട്ടിട്ട് ഇപ്പോൾ ഏതാനും സംവത്സരങ്ങൾ കഴിഞ്ഞിരിക്കുന്നു. എന്നിട്ടും ചിലപ്രത്യേക വർഗക്കാർ നമ്മെ അവരുടെ വർഗത്തിൽപ്പെട്ടതായി വിചാരിച്ചും പ്രവർത്തിച്ചും വരുന്നതായും അതു ഹേതുവാൽ പലർക്കും നമ്മുടെ വാസ്തവത്തിനു വിരുദ്ധമായ ധാരണയ്ക്കിട വന്നിട്ടുണ്ടെന്നും നാം അറിയുന്നു.

നാം ഒരു പ്രത്യേക ജാതിയിലോ മതത്തിലോ ഉൾപ്പെട്ടുന്നില്ല. വിശേഷിച്ച് നമ്മുടെ ശിഷ്യവർഗത്തിൽ നിന്നും മേൽപ്രകാരമുള്ള വരെ മാത്രമേ നമ്മുടെ പിൻഗാമിയായി വരത്തക്കവിധം ആലുവാ അദ്വൈതാശ്രമത്തിൽ ശിഷ്യസംഘത്തിൽ ചേർത്തിട്ടുള്ള എന്നും മേല്യം ചേർക്കയുള്ള എന്ന് വ്യവസ്ഥപ്പെടുത്തിയിരിക്കുന്നതാകുന്നു.

ഈ വസ്തുത പൊതുജനങ്ങളുടെ അറിവിലേക്കായി പ്രസിദ്ധം ചെയ്തിരിക്കുന്നു.

എന്ന്
നാരായണഗുരു (ഒപ്പ്)

●

ജാതി,വർണ്ണം, ഇവയെ സംബന്ധിച്ച്

ഇപ്പോൾ കാണുന്ന മനുഷ്യനിർമിതമായ ജാതിവിഭാഗത്തിന യാതൊരു അർത്ഥവുമില്ല. അനർത്ഥകരവുമാണ്. അതു നശിക്ക കതന്നെ വേണം. മേൽജാതി എന്നും കീഴ്ജാതി എന്നും ഉള്ള വിചാ രന്തന്നെ ഇല്ലാത്തക്കാലമായി. സമുദായസംഗതികൾ മതത്തിനോ മതം സമുദായസംഗതികൾക്കോ കീഴടങ്ങിയിരിക്കുന്നതു തെറ്റാണ്. സമുദായസംഗതികൾക്കും മതത്തിനും തമ്മിൽ ബന്ധമൊന്നും പാടില്ല. മതം മനസ്സിന്റെ കാര്യമാണ്.

ആരുടെയും മതസ്വാതന്ത്ര്യത്തെ തടയരുത്. പലതരക്കാരായ മന ഷ്യരുണ്ടല്ലോ. അവരിൽ ഓരോരുത്തരുടെയും മനസ്സിന്റെ ഗതിക്കും വളർച്ചയ്ക്കും അനുസരിച്ച ഭിന്ന മതങ്ങൾ കൂടിയേ തീരൂ. എല്ലാവർക്കും സ്വീകാര്യമായ ഒരൊറ്റ മതം ഉണ്ടാവാൻ പ്രയാസമാണ്. എന്റെ മതം സത്യം. മറ്റുള്ളതെല്ലാം അസത്യം എന്നു ആരും പറയരുത്. സകല മതങ്ങളിലും സത്യമുണ്ട്. അതെല്ലാം സ്ഥാപിച്ചിട്ടുള്ളതും സദുദ്ദേശ്യ ത്തോട്ടുകൂടിയാണ്.

ഇപ്പോൾ നടപ്പിലിരിക്കുന്ന ഏതെങ്കിലും ഒരു മതവുമായി നമുക്ക യാതൊരു പ്രത്യേകം ബന്ധവുമില്ല. എല്ലാമതങ്ങളും നമുക്ക സമ്മത മാണ്. ഓരോരുത്തരും അവരവർക്കിഷ്ടമുള്ള മതം ആചരിച്ചാൽ മതി. നാം ചില ക്ഷേത്രങ്ങൾ പ്രതിഷ്ഠിച്ചിട്ടുള്ളത് ഹിന്ദുക്കളിൽ ചിലരുടെ ആഗ്രഹം അനുസരിച്ചാണ്. ഇതുപോലെ ക്രിസ്ത്യാനികൾ, മുഹമ ദ്ദീയർ മുതലായ മറ്റ മതക്കാരും ആഗ്രഹിക്കുന്ന പക്ഷം അവർക്കായും വേണ്ടതു ചെയ്യുവാൻ നമുക്ക് എപ്പോഴും സന്തോഷമാണുള്ളത്.

നാം ജാതി-മത ഭേദങ്ങൾ വിട്ടിരിക്കുന്നു എന്നു പറഞ്ഞതിനു നിലവിലിരിക്കുന്ന യാതൊരു ജാതിയോടും നമുക്കു പ്രത്യേക മമത ഇല്ലെന്നും മാത്രമേ അർത്ഥമുള്ളൂ.

●

മതത്തെപ്പറ്റി

പല മതസാരവുമേകമെന്ന പാരാ-
തുലകിലൊരാനയിലന്ധരെന്ന പോലെ
പലവിധ യുക്തി പറഞ്ഞു പാമരന്മാ-
രലവറ്റ കണ്ടലയാതമർന്നിടേണം.
ഒരു മതമന്യനു നിന്ദ്യമൊന്നിലോരും
കരുവപരന്റെ കണക്കിനുനമാകും;
ധരയിലിതിന്റെ രഹസ്യമൊന്നുതാനെ-
ന്നറിവളവും ഭ്രമമെന്നറിഞ്ഞിടേണം.

പൊരുളു ജയിപ്പതസാദ്ധ്യമൊന്നിനോടൊ-
ന്നൊരു മതവും പൊരുതാലൊട്ടുങ്ങുവീല;
പരമതവാദിയിതോർത്തിടാതെ പാഴായ്
പൊരുളു പൊലിഞ്ഞിട്ടമെന്ന ബുദ്ധി വേണം.

ഒരു മതമാകവതിന്നരപ്പതെല്ലാ-
വരുമിള വാദികളാരുമോർക്കവീലാ;
പരമതവാദമൊഴിഞ്ഞ പണ്ഡിതന്മാ-
രറിയുമതിന്റെ രഹസ്യമിങ്ങശേഷം

അഖിലരുമാത്മസുഖത്തിനായ് പ്രയത്നം
സകലവുമിങ്ങു സദാപി ചെയ്തിട്ടുന്നു;
ജഗതിയിലിമ്മതമേകമെന്ന ചിന്തി-
ച്ചുഘലമണയാതകതാരമർത്തിടേണം

ആത്മോപദേശ ശതകം.

സഹോദരൻ അയ്യപ്പനുമായുള്ള സംവാദം

'മതമേതായാലും മനുഷ്യൻ നന്നായാൽ മതി'

ഈ തീക്രുതമായ പരാധീനതകൾ ദൂരീകരിക്കുന്നതിനുള്ള മാർഗമെന്ന നിലയ്ക്ക് ഒരു കാലത്ത് ഈഴവനേതാക്കന്മാർ മതപരിവർത്തനത്തെക്കുറിച്ച് ചിന്തിച്ചിരുന്നു.

ഈ പശ്ചാത്തലത്തിൽ ആലുവായിലെത്തിയ സ്വാമിയെ സന്ദർ ശിച്ച് സഹോദരൻ ഇതേ വിഷയത്തെക്കുറിച്ച സംഭാഷണം നടത്തു കയുണ്ടായി.(1098 ഇടവം) ആ സംഭാഷണം അക്കാലത്തു തന്നെ ശ്രീ കോട്ടക്കോയിക്കൽ വേലായുധൻ 'ദേശാഭിമാനി'യിൽ റിപ്പോർട്ട് ചെയ്തിരുന്നു. ദേശാഭിമാനിയിൽ നിന്ന് അത് 'കേരള കൗമുദി' ഉദ്ധ രിച്ചു ചേർത്തു – മതമേതായാലും മനുഷ്യൻ നന്നായാൽ മതി' എന്ന സൂത്രവാക്യം പ്രത്യേകം പ്രാധാന്യത്തോടെ എടുത്തുകാട്ടിക്കൊണ്ട് സ്വാമിയുടെ വിശാലവീക്ഷണവും ചിന്താപരമായ ഔദാര്യവും വെളി പ്പെടുത്തുന്ന ആ സംഭാഷണമാണ് ചുവടെ ചേർക്കുന്നത്.

സ്വാമി : അയ്യപ്പൻ, ഡോക്ടർ മതം മാറണമെന്നു പറയുന്നല്ലോ. (ഡോക്ടർ എന്നു പറയുന്നത് ഡോക്ടർ പൽപ്പുവിനെ ഉദ്ദേശിച്ചാണ്.)

സഹോദരൻ : മതം മാറണമെന്നു ചിലർക്കെല്ലാം അഭിപ്രായമുണ്ട്.

സ്വാമി : മനുഷ്യൻ നന്നായാൽ പോരായോ? മതംമാറ്റം അതല്ലേ? അല്ലാതുള്ള മാറ്റമാണോ എല്ലാവരും പറയു ന്നത്?

സഹോദരൻ : മനുഷ്യൻ നന്നാവുന്നതിനുള്ള മാർഗങ്ങൾ അധികം കാണുന്നത് ബുദ്ധമതത്തിലാണ്.

സ്വാമി : ബുദ്ധമതക്കാരെല്ലാം നല്ല മനുഷ്യരാണോ? മത്സ്യം തിന്നുന്നവരും കള്ളു കുടിക്കുന്നവരും

അസമത്വമാചരിക്കുന്നവരും ധാരാളമുണ്ടെന്നു നാം അറിയുന്നു.

സഹോദരൻ : ഇപ്പോഴുള്ള ബുദ്ധമതക്കാരിൽ നല്ലവർ വളരെക്കുറയും എന്ന് വേണം പറയാൻ

സ്വാമി : അങ്ങനെയാണോ? നാമും അതു കേട്ടു. ബുദ്ധസന്ന്യാ സിമാർ കിട്ടുന്നതെല്ലാം ഭക്ഷിക്കണം. മാംസമായാലും തിന്നും; കൊടുക്കുന്നതൊന്നും വേണ്ടെന്നു പറയാൻ പാടില്ല ഇല്ലേ? അങ്ങനെ മാംസത്തിനു രുചി പിടിച്ച് അത്യധികം ഇഷ്ടമാകും. ആളുകൾ ഇഷ്ടം നോക്കി മാംസം തന്നെ കൊടുക്കും. ഇതു നല്ലതാണോ?

സഹോദരൻ : ഇടക്കാലത്ത് ബുദ്ധമതവും ദുഷിച്ചു എങ്കിലും മനുഷ്യൻ നന്നാവാൻ ബുദ്ധന്റെ ഉപദേശങ്ങളോളം നല്ല ഉപദേശമില്ല.

സ്വാമി : ക്രിസ്തുവിന്റെ ഉപദേശം നന്നല്ലേ? മുഹമ്മദുനബി യുടെ ഉപദേശവും കൊള്ളാമല്ലോ. ആ മതക്കാ രിൽപ്പെട്ട എല്ലാവരും യോഗ്യരാണോ? അപ്പോൾ മതമേതായാലും മനുഷ്യൻ നന്നാവാൻ ശ്രമിച്ചകൊ ണ്ടിരിക്കണം അല്ലെങ്കിൽ അധഃപതിക്കും. പ്രവൃത്തി ശുദ്ധമായിരിക്കണം. വാക്കും വിചാരവും ശുദ്ധമാ യിരിക്കണം. വന്നശേഷം ഹേ! തെറ്റിപ്പോയല്ലോ എന്നു തിരുത്താൻ സംഗതി വരാത്തവണ്ണം മനസ്സ ശുദ്ധമായിരിക്കണം. അതാണ് ജീവന്മുക്താവസ്ഥ.

സഹോദരൻ : ബുദ്ധമതക്കാർ അതിന നിർവാണം എന്നു പറയുന്നു.

സ്വാമി : ആയിരിക്കാം. ജാതി മനുഷ്യരിൽ കയറി മൂത്തുപോയി. ശങ്കരാചാര്യരും അതിൽ തെറ്റുകാ രനാണ്. ബ്രഹ്മസൂത്രവും ഗീതയും എഴുതിയ വ്യാ സന്തനെ ചാതുർവർണ്യത്തെക്കുറിച്ച് രണ്ടിടത്ത് രണ്ടുവിധം പറഞ്ഞിരിക്കുന്നു. ജാതി കളയണം; അല്ലാതെ രക്ഷയില്ല. മനുഷ്യരെല്ലാം ഒരു സമുദാ യമാണല്ലോ. ആ നിലവരത്തക്കവിധം ജാതിയെ ഉപേക്ഷിക്കണം. മതം മാറ്റത്തെപ്പറ്റി കുമാരനാശാ ന്റെ അഭിപ്രായം എന്താണ്?

സഹോദരൻ : സ്വാമിതൃപ്പാദങ്ങളുടെ അഭിപ്രായമറിയാതെ മതം മാറ്റുന്നത് സ്വാമിയെ പ്രത്യക്ഷത്തിൽ അവഗണിക്ക ന്നതായിരിക്കുമെന്ന് ആശാന്റെ അഭിപ്രായം.

സ്വാമി : അങ്ങനെയാണോ?

സഹോദരൻ : ഈ സംഗതിയിൽ സ്വാമിയുടെ അഭിപ്രായം

പ്രത്യേകം അറിയണമെന്നാണ് ആശാൻ പറയുന്നത്.
അയ്യപ്പനറിയാമോ നമ്മുടെ അഭിപ്രായം.

സഹോദരൻ : അറിയാം. തൃപ്പാദങ്ങൾക്ക് ഒരു മതത്തോട്ടം വെറു
പ്പില്ല. മനുഷ്യന്റെ മതം, വേഷം, ഭാഷ മുതലായവ
എങ്ങനെ ഇരുന്നാലും അവർ തമ്മിൽ ഒരു സമുദായ
മായി കഴിയണമെന്നാണ് സ്വാമിയുടെ അഭിപ്രായ
മെന്നറിയാം.

സ്വാമി : അതാണ നമ്മുടെ അഭിപ്രായം. മതം എന്ന വെച്ചാൽ
അഭിപ്രായം. അതേതായാലും മനുഷ്യന് ഒരുമിച്ച
കഴിയാം. ജാതിഭേദം വരരുത്, അതാണ വേണ്ടത്.
അതു സാധിക്കും. നിശ്ചയമായും സാധിക്കും. സത്യ
വ്രതനെ നോക്ക് (സത്യവ്രതസ്വാമിയെപ്പറ്റി) സത്യ
വ്രതന് അശേഷം ജാതിയില്ല. ഉണ്ടോ?

സഹോദരൻ : സത്യവ്രതസ്വാമിക്ക് അശേഷം ജാതിയില്ല.

സ്വാമി : നമുക്കാർക്കും അത്ര ജാതിപോയിട്ടില്ലെന്ന
തോന്നുന്നു. ബുദ്ധനുകൂടി ഇത്ര ജാതി പോയിരുന്നോ
എന്ന നമുക്ക സംശയമാണ്. സത്യവ്രതൻ അത്ര
വ്യത്യാസമില്ലാത്ത ആളാണ്. അങ്ങനെ ജീവിക്കാ
മല്ലോ? ഹിന്ദുമതത്തിന് എന്താണ കുറ്റം? ആര്യസ
മാജക്കാരും ബ്രഹ്മസമാജക്കാരും ഹിന്ദുക്കളാണല്ലോ.
അവർക്കും ജാതിയില്ല.

സഹോദരൻ : അവർ ഹിന്ദുക്കളല്ല, അവരുടെ സംഘത്തിൽ
ആളുകൾ അധികപ്പെടാൻ അവർ ഹിന്ദുക്കളെന്ന
പറയുകയാണ്. ആര്യസമാജക്കാർ വേദങ്ങളെ
സ്വീകരിക്കുന്നു. പക്ഷേ, അതിനും അവർ വേറെ
വ്യാഖ്യാനം കൊടുത്താണ പ്രമാണമാക്കുന്നത്.

സ്വാമി : അങ്ങനെയാണോ?

സഹോദരൻ : തീയർ മതം മാറുന്നു എന്ന കേട്ട് സ്വാമിയോട് മറ്റുള്ള
വർക്കെല്ലാം വളരെ ബഹുമാനമായിരിക്കുകയാണ്.

സ്വാമി : (ചിരിച്ചുകൊണ്ട്) അതു കൊള്ളാം. ബഹുമാനമുണ്ടാ
കുമല്ലോ.

സഹോദരൻ : അവർ ചോദിക്കുന്നു, എന്തിന മതം മാറുന്നു?
നമുക്ക് ശ്രീനാരായണമതം പോരായോ എന്ന്.
എന്നാൽ, നിങ്ങൾ ശ്രീനാരായണമതം സ്വീകരി
ക്കിൻ എന്ന പറഞ്ഞിട്ട് അവർക്കത്ര ഇഷ്ടമാകുന്നില്ല.

സ്വാമി : അതെന്തിന! അവരവർക്ക് ഇഷ്ടമുള്ള മതം സ്വീക
രിക്കാൻ സ്വാതന്ത്ര്യം ഉണ്ടല്ലോ. മതം ഏതുമാകട്ടെ.

സഹോദരൻ   : സ്വാമിയുടെ മുമ്പേയുള്ള അഭിപ്രായം അതാണ്.

സ്വാമി   : നമുക്കിപ്പോഴുള്ള അഭിപ്രായവും അതുതന്നെ. മതം മാറണമെന്ന തോന്നിയാൽ ഉടനെ മാറണം. അതിന സ്വാതന്ത്ര്യം വേണം. മതം ഓരോരുത്തരുടെ ഇഷ്ടം പോലെയായിരിക്കും. അച്ഛന്റെ മതമല്ലായിരിക്കാം മകനിഷ്ടം. മനുഷ്യന മതസ്വാതന്ത്യം വേണ്ടതാണ്. അതാണ് നമ്മുടെ അഭിപ്രായം. നിങ്ങളൊക്കെ അങ്ങനെ പറയുമോ?

സഹോദരൻ   : പറയുന്നുണ്ട്. ഞാൻ ഈയിടെ ഒരാധാരത്തിൽ 'ബുദ്ധമതം' എന്ന ചേർത്തു.

സ്വാമി   : (ചിരിച്ചുകൊണ്ട്) ജാതി എഴുതിയില്ല അല്ലേ? അതുകൊള്ളാം. ജാതി വരരുത്. ഒരിടത്തും ജാതി ഉണ്ടായിരിക്കരുത്. മനുഷ്യൻ ഒരു ജാതിയായി ജീവിക്കണം. ഈ അഭിപ്രായം എല്ലായിടത്തും പരക്കണം. അതിരിക്കട്ടെ. മതം മാറണമെന്ന പറയു ന്നവർ ഹിന്ദുമതത്തിന് എന്ത ദൃഷ്യമാണ പറയുന്നത്?

ഒരു ശിഷ്യൻ : ഹിന്ദുമതസാഹിത്യം ദൂഷിച്ചതാണെന്ന പറയുന്ന. വേദവും ഗീതയുമെല്ലാം ജന്തുബലിയും ബഹുദൈ വാരാധനയും ജാതിയും ഉപദേശിക്കുന്നുണ്ടെന്ന പറയുന്നു.

സ്വാമി   : വേദം അങ്ങനെ ആയിരിക്കാം. എന്നാലും അവയിൽ ഇടക്കിടെ കൊള്ളാവുന്ന തത്ത്വങ്ങൾ കാണാം. മതസാഹിത്യം നല്ലതായിട്ടുള്ള മതം അനുഷ്ഠിക്കുന്ന വരുടെ ആചാരവും നല്ലതല്ലല്ലൊ. അപ്പോൾ മതസാ ഹിത്യം എങ്ങനെയിരുന്നാലും മനുഷ്യൻ ദൂഷിച്ചാൽ ഫലമില്ല. മനുഷ്യൻ നന്നാവണം; പ്രവൃത്തിയിലും വാക്കിലും വിചാരത്തിലും ശ്രദ്ധിവേണം. അതാണാ വശ്യം, 'മതമേതായാലും മനുഷ്യൻ നന്നായാൽ മതി' അതാണ നമ്മുടെ അഭിപ്രായം.

●

നമ്മുടെ ഗുരുക്കന്മാർ

ഒന്നാംലോകമഹായുദ്ധം നടക്കുന്നകാലത്ത് സ്വാമികളും ഒരു ശിഷ്യനുമായി ഇങ്ങനെ ഒരു സംഭവമുണ്ടായി.

സ്വാമികൾ : ഇംഗ്ലീഷുകാർ ജയിക്കാൻ നാമൊക്കെ പ്രാർത്ഥി
ക്കണം. നമുക്കൊക്കെ സന്ന്യാസം നല്ലിയ ഗുരുക്കന്മാ
രാണവർ.

ശിഷ്യൻ : സന്ന്യാസം നല്ലുക എന്നവച്ചാൽ മന്ത്രോപദേശം
ചെയ്ത കാഷായം നല്ലുകയാണ് പതിവ്. തൃപ്പാദങ്ങൾ
കല്പിച്ചതിന്റെ അർത്ഥം മനസ്സിലായില്ല.

സ്വാമികൾ : ശ്രീരാമന്റെ കാലത്തുക്കൂടി ശൂദ്രാദികൾക്കു സന്ന്യ
സിപ്പാൻ പാടില്ലെന്നല്ലേ പറയുന്നത്? ഹിന്ദുക്കൾ
സ്മൃതികൾ നോക്കി ഭരിക്കുന്നവരല്ലായോ?

***

ശിവഗിരിയിൽ മാതൃകാപാഠശാലയെപ്പറ്റി ആലോചിക്കുന്നതിന് ഒരു യോഗം ചേരാൻ ആളുകൾ വന്നുകൊണ്ടിരിക്കുമ്പോൾ, ഒരു അന്തേവാസി "ജനങ്ങളെല്ലാം ഒത്തുചേർന്നാൽ വലിയ കാര്യങ്ങൾ സാധിക്കും" എന്നു പറഞ്ഞു.

സ്വാമികൾ : ഒത്തുചേർന്നാൽ കൊള്ളാം.

അന്തേവാസി: നാട്ടുകാരെല്ലാം ഒന്നിച്ച ഉപ്പിയാൽ ഇന്ത്യയിലുള്ള
എല്ലാ വെള്ളക്കാരും മുങ്ങി ചത്തുപോകാനേ ഉള്ളൂ
എന്ന് ഒരാൾ പറഞ്ഞിട്ടുണ്ട്,

സ്വാമികൾ : ഉപ്പിയാൽ മുങ്ങിച്ചാവും; പക്ഷേ, വെള്ളക്കാരനെ
കണ്ടാൽ വായിൽ ഉപ്പല്യുണ്ടാകുന്നില്ലല്ലോ. വറ്റിപ്പോ
കുന്നു. അതെന്താ?

***

വൈക്കം സത്യാഗ്രഹകാലത്തു കോട്ടൻസായ്പവർകളുടെ കൂടെ ഒന്നിച്ചുപോയ ഒരു തീയ്യന് നിരോധിക്കപ്പെട്ട റോഡിൽക്കൂടി പോവാൻ തടസ്സമുണ്ടായില്ലെന്ന് അറിഞ്ഞപ്പോൾ സ്വാമികൾ ഇങ്ങനെ പറഞ്ഞു..

"കന്നിൻ തോൽ കാലിൽ ചേർന്നാൽ ക്ഷേത്രത്തിൽ കടന്ന കൂടല്ലോ. ചെണ്ടയിൽ ആയാൽ ക്ഷേത്രത്തിൽ കൊണ്ടു പോകുന്ന തിനു വിരോധമില്ല. സായിപ്പിന്റെ ഭരണം കൊണ്ട് പലേ ഗുണങ്ങളും ഉണ്ടായിട്ടുണ്ട്."

●

ഒരഭിമുഖ സംഭാഷണം

(തിരുവിതാംകൂർ സന്ദർശിച്ച മഹാത്മാഗാന്ധി ശിവഗിരിയിൽ എത്തി സ്വാമിയെ കാണുകയും അവർ തമ്മിൽ പലതും അത്യാദരപൂർവ്വം വിവാദിക്കയുമുണ്ടായി. ആ സംഭാഷണത്തിന്റെ വിവരം ശ്രീ.കെ. ദാമോദരൻ ബി.എ.യുടെ ഗ്രന്ഥത്തിൽ നിന്നുമാണ് ചുവടെ ഉദ്ധരിക്കുന്നത്. കൂടാതെ ഇതോടൊപ്പം ഗാന്ധിജിയെ പരാമർശിക്കുന്നതായിക്കണ്ട രണ്ടു സംഭാഷണ ശകലങ്ങളും ചേർത്തിട്ടുണ്ട്. ഗാന്ധിജിയുടെയും സ്വാമിയുടെയും വീക്ഷണങ്ങളുടെ വൈജാത്യം എത്രമാത്രമായിരുന്നു എന്ന് ഇള സൂക്ഷിച്ച് വായിക്കുന്നവർക്ക കാണാൻ വിഷമമില്ലെന്നു തോന്നുന്നു.)

കുംഭം 26-ാം തീയതി മഹാത്മാഗാന്ധി വൈക്കത്തെത്തി. മഹാറാണി തിരുമനസ്സുമായുള്ള കൂടിക്കാഴ്ച കഴിഞ്ഞ് മഹാത്മജി മൂന്നു മണിക്ക് സ്വാമിയെ സന്ദർശിക്കുവാൻ ശിവഗിരിമഠത്തിൽ എത്തി. ശ്രീമാൻ എ.കെ. ഗോവിന്ദദാസിന്റെ ഗാന്ധ്യാശ്രമം എന്ന കെട്ടിടത്തിലായിരുന്നു സന്ദർശനത്തിന് ഏർപ്പാട്ടചെയ്തിരുന്നത്. റോഡ്ഡുമുതൽ കെട്ടിടം വരെയുള്ള വഴിയും ഗാന്ധ്യാശ്രമത്തിൽ പരിസരങ്ങളും വെള്ളമണൽ വിരിച്ച് മനോഹരമാക്കിയിരുന്നു. ഹാളിൽ പടിഞ്ഞാറെ അറ്റത്ത് കിഴക്കോട്ട മുഖമായി ഒരു കവളപ്പാറപ്പുല്ലപായിന്മേൽ ഖദർ വിരിച്ച് മഹാത്മജിക്ക് ഇരിപ്പിടം ഒരുക്കിയിരുന്നു. വലത് വശത്തു വടക്കോട്ട മുഖമായി സ്വാമിജിക്കും ഇടതുവശത്തു തെക്കോട്ട മുഖമായി മഹാത്മജിയോട് ഒരുമിച്ച വന്നിരുന്ന മാന്യന്മാരായ അതിഥികൾക്കും ഇരിക്കുന്നതിന് ഖദർവിരിച്ചിരുന്നു. അനവധി പുരുഷാരം മഹാത്മജിയെ ഒരു നോക്ക കാണുന്നതിനു റോഡരുകിൽ

വരിവരിയായി തിക്കിത്തിരക്കി നിന്നിരുന്നു. എങ്കിലും സർവത്ര ശാന്തതയും നിശ്ശബ്ദതയും വ്യാപിച്ചിരുന്നു. കൃത്യം മൂന്നരമണിക്ക് മഹാത്മജിയെ സ്വീകരിക്കാനായി സ്വാമികൾ ആശ്രമത്തിന്റെ പൂമുഖത്തിൽ എഴുന്നള്ളിനിന്നിരുന്നു. ആദ്യമായി ആശ്രമത്തിൽ എത്തിയത് ശ്രീ രാജഗോപാലാചാരി ആയിരുന്നു. പിന്നാലെ മഹാത്മജി ഒരു യുവാവിന്റെ ഉന്മേഷത്തോട്ടം അരയിൽ മാത്രം ഖദർ ധരിച്ച്, ഒരു ഭിക്ഷുവിന്റെ വേഷത്തോട്ടം പ്രസന്നവദനനായി പൂമുഖത്തിൽ എത്തി. ഈ രണ്ട്, അസാധാരണ പുരുഷന്മാരുടെ സന്ദർശനം അതു കണ്ടിട്ടുള്ളവർക്ക് ഒരിക്കലും മറക്കാൻ കഴിയുന്ന തല്ല. ആചാരോപചാരങ്ങൾക്കശേഷം എല്ലാവരും ഹാളിൽ പ്രവേ ശിച്ച് യഥാസ്ഥാനം ഉപവിഷ്ടരായി. സ്വാമിയുടെ ശിഷ്യന്മാരിൽ ഒരാൾ അതിഥിപൂജ ചെയ്ത് മഹാത്മജിയെ സാഷ്ടാംഗം നമസ്കരിച്ചു. അനന്തരം സംഭാഷണം ആരംഭിച്ചു. ദിഭാഷിയായി മിസ്റ്റർ എൻ. കുമാരൻ ബി.എ. (കോട്ടയം ജഡ്ജി) സംഭാഷണം രണ്ട മഹാത്മാ ക്കളെയും തർജ്ജമചെയ്ത് കേൾപ്പിച്ചു.

മഹാത്മജി   : ഹിന്ദുക്കളുടെ പ്രമാണഗ്രന്ഥങ്ങളിൽ അയിത്താചാരം വിധിച്ചിട്ടുള്ളതായി സ്വാമികൾക്കറിവുണ്ടോ?

സ്വാമികൾ   : ഇല്ല.

മഹാത്മജി   : അയിത്തം ഇല്ലാതാക്കുവാൻ വൈക്കത്തെ നടക്കുന്ന സത്യാഗ്രഹപ്രസ്ഥാനത്തിൽ സ്വാമിജിക്ക ഭിന്നാഭി പ്രായം ഉണ്ടോ?

സ്വാമികൾ   : ഇല്ല.

മഹാത്മജി   : ആ പ്രസ്ഥാനത്തിൽ കൂടുതലായി വല്ലതും ചേർക്കണ മെന്നോ വല്ല മാറ്റവും വരുത്തേണമെന്നോ അഭിപ്രായ മുണ്ടോ?

സ്വാമികൾ   : ഇല്ല, അതു ശരിയായി നടക്കുന്നുണ്ടെന്നാണ് അറിവ്. അതിൽ മാറ്റം വല്ലതും വരുത്തേണമെന്ന് അഭിപ്രായ മില്ല.

മഹാത്മജി   : അധഃകൃതവർഗക്കാരുടെ അവശതകൾ തീർക്കുന്ന തിന് അയിത്തോച്ചാടനത്തിനു പുറമെ മറ്റെന്തല്ലാം വേണമെന്നാണ് സ്വാമിജിയുടെ അഭിപ്രായം?

സ്വാമികൾ   : അവർക്ക വിദ്യാഭ്യാസവും ധനവും ഉണ്ടാകണം. മിശ്ര ഭോജനമോ മിശ്രവിവാഹമോ വേണമെന്നു പക്ഷമില്ല.

നന്നാവാനുള്ള സൗകര്യം എല്ലാവരെയും പോലെ അവർക്കുമുണ്ടാവണം.

മഹാത്മജി : അദ്ധ്യാത്മിക മോക്ഷലാഭത്തിന് ഹിന്ദുമതം മതിയാകുമെന്ന് സ്വാമിജി വിചാരിക്കുന്നുണ്ടോ?

സ്വാമികൾ : അന്യമതങ്ങളിലും മോക്ഷമാർഗ്ഗം ഉണ്ടല്ലോ. ആദ്ധ്യാത്മികമായ മോക്ഷലാഭത്തിന് ഹിന്ദുമതം ധാരാളം പര്യാപ്തംതന്നെ. ലൗകികമായ സ്വാതന്ത്ര്യത്തെയാണല്ലോ ജനങ്ങൾ അധികം ഇച്ഛിക്കുന്നത്. മഹാത്മജി വീണ്ടും അവതരിക്കേണ്ടിവരും.

അനന്തരം ആചാരോപചാരങ്ങൾ ചെയ്ത് മഹാത്മജി ശിവഗിരി വിട്ടുപോയി. ഒരു റോസപ്പൂമാല മഹാത്മജിയെ അണിയിച്ചു. "ഇനിയും പലപ്രാവശ്യവും കാണാമല്ലോ" എന്ന തൃപ്പാദങ്ങൾ മന്ദസ്മിതത്തോടെ പറഞ്ഞു.

മഹാത്മജി വൈക്കം സത്യാഗ്രഹത്തെപ്പറ്റി ചെയ്ത പ്രസംഗത്തെ സംബന്ധിച്ച് ഒരു അന്തേവാസി പറഞ്ഞപ്പോൾ.

സ്വാമികൾ : തപസ്സുകൊണ്ട് എല്ലാം ജയിക്കാമെന്നല്ലേ ഗാന്ധിജി പറയുന്നതിന്റെ സാരം?

അന്തേവാസി: അതെ.

സ്വാമികൾ : എന്നാൽ എന്താണ് സത്യാഗ്രഹം ജയിക്കാത്തത്?

അന്തേവാസി: സത്യാഗ്രഹികളുടെ തപോബലം കുറഞ്ഞതുകൊണ്ടാണെന്നാണ് ഗാന്ധിജി പറയുന്നത്. യഥാർത്ഥ സത്യാഗ്രഹമാണെങ്കിൽ തീർച്ചയായും ജയിക്കും.

സ്വാമികൾ : എല്ലാവരും എങ്ങനെ യഥാർത്ഥ സത്യാഗ്രഹികൾ ആകും? അതു സാധിക്കാമോ?

അന്തേവാസി: ഇല്ല. അതു കുറെ പ്രയാസമാണെന്നാണ് പറയുന്നത്.

സ്വാമികൾ : എന്നാൽ ഒരാൾ യഥാർത്ഥ സത്യാഗ്രഹിയായാൽ ജയിക്കാമല്ലോ? വെയിലും കൊണ്ട് പട്ടിണിയും കിടന്ന് കഷ്ടപ്പെട്ട പാവങ്ങളെ കുറ്റം പറയേണ്ട ആവശ്യം അങ്ങനെയായാൽ ഉണ്ടാവുകയില്ല.

ഒരു ഭക്തൻ : മഹാത്മാഗാന്ധി, വർണാശ്രമം നല്ലതാണെന്നാണ് അഭിപ്രായപ്പെടുന്നത്.

സ്വാമികൾ : വർണം, ആശ്രമം, രണ്ടും രണ്ടാണ്. സാധാരണ ജാതി
യെപ്പറ്റി പറയുമ്പോൾ 'വർണാശ്രമം' എന്നു പറയുന്നതു
ശരിയല്ല. ഗാന്ധിജി വർണം എന്താണെന്നു പറയുന്നു?

ഭക്തൻ : വർണം ജാതിയല്ല. ജാതിയും വർണവുമായി സംബ
ന്ധമില്ല എന്നാണ് ഗാന്ധിജി പറയുന്നത്..

സ്വാമികൾ : ഗുണകർമ്മങ്ങളെ അടിസ്ഥാനമാക്കിയായിരിക്കാം.
ഗുണ കർമ്മങ്ങൾ സ്ഥായിയായി ഒന്നും ഇല്ലല്ലോ. അത്
എപ്പോഴും മാറിക്കൊണ്ടിരിക്കും. അപ്പോൾ പിന്നെ
എങ്ങനെ വർണം നിശ്ചയിക്കാം.

ഭക്തൻ : ഗാന്ധിയുടെ അഭിപ്രായം മൂലം യാഥാസ്ഥിതികന്മാർ
ക്കു കുറെ ശക്തികൂടിയുണ്ട്.

സ്വാമികൾ : എന്താണു ഗാന്ധി അങ്ങനെ പറയുന്നത്? നല്ലപോലെ
ആലോചിച്ചിട്ടില്ലായിരിക്കാം. നമ്മുടെ അഭിപ്രായ
ത്തിൽ ജാതി ഇല്ല. ഉണ്ടെന്നു വിചാരിക്കുന്നതുകൊണ്ടു
ദോഷമല്ലാതെ എന്താണു ഗുണമുള്ളത്? മഹാകഷ്ടം!
ഇനിയും ഈ വിശ്വാസം നീങ്ങിയിട്ടില്ലല്ലോ?

ഭക്തൻ : ജാതികൊണ്ട് പല ഗുണങ്ങളും ഉണ്ടായിട്ടുണ്ടെന്നു
ചിലർ അഭിപ്രായപ്പെടുന്നു. പരമ്പരയായി ഒരു തൊഴിൽ
ആചരിച്ചാൽ അത്രു തൊഴിലിൽ വിദഗ്ധന്മാരെ ഉണ്ടാ
ക്കുമത്രെ. ജാതി പ്രകാരം തൊഴിൽ ഏർപ്പെടുത്തിയാൽ
ജീവിതമത്സരം കുറയുമെന്നും എല്ലാവർക്കും ജോലി
യുണ്ടാകുമെന്നും ഒരു പ്രമാണി ഈയിടെ പറയുകയു
ണ്ടായി. രാജ്യങ്ങളെത്തന്നെ ജാതികളായിത്തിരിച്ച്
ഓരോ രാജ്യത്ത് ഓരോ പ്രത്യേക തൊഴിലിനു
പ്രധാന്യം നല്കിയാൽ രാജ്യങ്ങൾ തമ്മിലുള്ള മത്സരം
തീരുമെന്നാണ് അദ്ദേഹത്തിന്റെ അഭിപ്രായം.

സ്വാമികൾ : ജാതികൊണ്ട് ഒരു ഗുണവും ഇല്ല. അതു മനുഷ്യരുടെ
സ്വാതന്ത്ര്യം തടുക്കുന്നു. ബുദ്ധി നശിപ്പിക്കുന്നു. സ്വാ
തന്ത്ര്യവും ബുദ്ധിയും ഇല്ലാതെ തൊഴിൽ എങ്ങനെ
നന്നാവും? നമ്മുടെ ആശാരി, കൊല്ലൻ, മുതലായ
വർക്ക് ഒരു വസ്തുവും അറിയാതായല്ലോ. ബുദ്ധിയും
കെട്ടുപോയി. ജാതികൊണ്ട് ചീത്തയാവും. ഒരേ സംഗ
തിതന്നെ നോക്കി ലോകത്തിലുള്ള മറ്റ യാതൊന്നും

അറിയാത്തവർക്ക് ഒരു ജോലിയും നന്നായി ചെയ്യുവാൻ സാധിക്കുകയില്ല. വാസനപോലെ ഓരോരുത്തർക്കും തൊഴിലിൽ ഏർപ്പെടുവാനും സൗകര്യമില്ലല്ലോ. ജനിച്ചതുകൊണ്ട് ഒരു ജോലി ചെയ്യുക എന്നാവും. പ്രാപ്തിയും വാസനയും ഇല്ലെങ്കിലും അതു ചെയ്യണം. അപ്പോൾ തൊഴിൽ നന്നാവാൻ ഒരു വഴിയും ഇല്ല.

ഭക്തൻ : മകന് അച്ഛന്റെ തൊഴിലിൽ വാസന കാണാം എന്നാണ് ശാസ്ത്രജ്ഞന്മാർ പറയുന്നത്.

സ്വാമികൾ : എന്നാൽ പിന്നെ ജാതി ആവശ്യമില്ലല്ലോ. ജാതി ഇല്ലെങ്കിലും വാസനകൊണ്ട് അച്ഛന്റെ തൊഴിൽ മകൻ ശീലിക്കും; നിർബന്ധിക്കേണ്ടുന്ന ആവശ്യമില്ല. പൂർണസ്വാതന്ത്ര്യം കൊട്ടുക്കാമല്ലോ. അപ്പോൾ ശാസ്ത്ര ജ്ഞന്മാർ നമ്മെ താങ്ങുകയാണ ചെയ്യുന്നത്. മനുഷ്യ ന്റെ സ്വാതന്ത്ര്യവും ബുദ്ധിയും കുറയ്ക്കുന്നതുകൊണ്ട് ഒരു പ്രയോജനവും ഇല്ല. ഇഷ്ടംപോലെയുള്ള ജോലി എടു ക്കുവാനും പഠിക്കുവാനും എല്ലാവർക്കും സ്വാതന്ത്ര്യം വേണം. ഒന്നുമാത്രമേ പഠിക്കാവൂ എന്നു വയ്ക്കരുത്. എല്ലാവർക്കും എന്തും പഠിക്കുകയും ശീലിക്കുകയും ചെയ്യുവാൻ വിരോധം ഉണ്ടാകരുത്.

ഭക്തൻ : അങ്ങനെ സ്വാതന്ത്ര്യം കൊട്ടത്താൻ മത്സരം വർദ്ധി ക്കുമത്രെ. അതുകൊണ്ട് ലോകത്തിനു സുഖത്തിലധികം ദുഃഖമുണ്ടാകുമെന്ന് അവർ പറയുന്നു.

സ്വാമികൾ : ഇതു ജാതി ഉണ്ടാക്കിയവരുടെ വാദമായിരിക്കാം. ജാതി കൊണ്ടുള്ള സകലഗുണവും കിട്ടുന്നവർ അങ്ങനെ പറയും.. മറ്റുള്ളവർ കഷ്ടപ്പെടുന്നത് അവരുടെ ഗുണത്തിന് ആവശ്യമായിരിക്കാം. മനുഷ്യർ ജീവി ക്കുന്നതു ജാതിക്കും ലോകത്തിനും വേണ്ടിയാണോ? അതോ ഇതെല്ലാം മനുഷ്യനുവേണ്ടിയോ? മനുഷ്യൻ കെട്ടുപോയാൽ ലോകത്തിൽ സുഖമായിട്ട എന്തുകാ ര്യം? ജാതി മനുഷ്യനെ കെട്ടുത്തുന്നു. അതുകൊണ്ട് അത്യാവശ്യമില്ല. ജാതി ഇല്ല. അത് ഉണ്ടെന്നു വിചാ രിക്കുന്നതു വിഡ്ഢിത്തമാണ്.

'ദുഃഖ ന കശ്ചന'
"ജ്ഞാനമേകം ഹി"
(അറിവ് ഒന്നുമാത്രമേ ഉള്ളൂ)
"ആനന്ദമേവ ധ്യായന്തേ
സർവേ ദുഃഖം ന കശ്ചന"
(ഏവരും ആനന്ദത്തിനുവേണ്ടി അനുസന്ധാനം
ചെയ്യുന്നു. ഒരിക്കലും ദുഃഖത്തിനുവേണ്ടിയല്ല.)

●

മറ്റൊരഭിമുഖ സംഭാഷണം

(ശ്രീനാരായണഗുരു സ്വാമിതൃപ്പാദങ്ങളും ഞാനും തമ്മിൽ നടന്ന
തായി താഴെ എഴുതിയിരിക്കുന്ന സംവാദം താഴെ എഴുതിയിരിക്കുന്ന
രൂപത്തിൽത്തന്നെ നടന്നതല്ല. എന്നാൽ മതവിഷയമായി സ്വാമി
തൃപ്പാദങ്ങളും ഞാനും തമ്മിൽ പല സന്ദർഭങ്ങളിലായി നടന്നിട്ടുള്ള
സംഭാഷണങ്ങളിൽ അന്നന്നും തൃപ്പാദങ്ങളുടെ മുഖത്തിൽനിന്ന്
എനിക്ക കേൾക്കാനും, തൃപ്പാദങ്ങളിൽ കേൾപ്പിക്കാനും ഇടവന്നി
ട്ടുള്ള കാര്യങ്ങളല്ലാതെ ഇതിൽ കൃത്രിമമായി യാതൊന്നുമില്ല. പല
സംവാദങ്ങളിൽ വന്ന സംഗതികളെ വിഷയസ്വഭാവം അനുസരിച്ച
ക്രോഡീകരിച്ച ക്രമീകരിക്കുക മാത്രമേ ഇതിൽ ചെയ്തിട്ടുള്ളൂ. ഇതിനെ
സ്വാമികളെയും അനന്തരം ഈയിടെ ശിവഗിരിയിൽ കൂടിയിരുന്ന
സന്ന്യാസി സംഘത്തെയും ഞാൻ തന്നെ വായിച്ച കേൾപ്പിച്ച.
ഒടുവിൽ സത്യവ്രത സ്വാമി മുഖേന സ്വാമിതൃപ്പാദങ്ങളെ കേൾപ്പിച്ച.
പ്രസിദ്ധീകരണത്തിന് അനുവാദം ലഭിച്ചശേഷം ഇതു പ്രസിദ്ധീക
രിക്കുന്നതാണ്.)

(സി.വി. കുഞ്ഞുരാമൻ)

സംവാദം

ഞാൻ: "ഒരു ജാതി, ഒരു മതം, ഒരു ദൈവം മനുഷ്യന്" എന്നുള്ള
തൃപ്പാദങ്ങളുടെ ധർമ്മോപദേശം ശിഷ്യസംഘം ഇപ്പോൾ മുദ്രാവാ
ക്യമായി സ്വീകരിച്ചിരിക്കുകയാണ്. എന്നാൽ ഇത് ശരിയായ
ധർമ്മോപദേശം തന്നെയോ എന്ന പലരും സംശയിക്കുകയും
ചിലർ അതിനെ ആക്ഷേപിക്കുകയും ചെയ്യുന്നു. മഹാത്മാഗാന്ധി
ഈ ആശ്രമം സന്ദർശിച്ച അവസരത്തിൽ അദ്ദേഹത്തിന് ഇതില്ലുള്ള

വിപ്രതിപത്തി പ്രസ്താവിക്കയുണ്ടായി. അതു മാത്രമല്ല, പലരും ഈ ഉപദേശത്തെ പലപ്രകാരത്തിൽ വ്യാഖ്യാനിക്കുകയും ചെയ്യുന്നു. ഈ വ്യാഖ്യാനങ്ങളിൽ പലതും കേട്ടിട്ട്''വ്യാഖ്യാതാക്കന്മാരിൽ നിന്ന് എന്നെ രക്ഷിക്കണേ'' എന്ന് ആശാൻ (കുമാരനാശാൻ) പ്രാർത്ഥിച്ച തല്ലാതെ ശരിയായ വ്യാഖ്യാനം എന്തെന്ന് അദ്ദേഹം പറഞ്ഞിട്ടില്ല. തൃപ്പാദങ്ങളിൽ നിന്ന് ഇതിനു ശരിയായ ഒരു വ്യാഖ്യാനം അരുളിച്ചെ യ്യെങ്കിലല്ലാതെ എത്ര യുക്തിയുക്തമായി ഞങ്ങളൊക്കെ വ്യാഖ്യാനി ച്ചാലും ജനങ്ങൾ അതിൽ പൊതുവേ തൃപ്തരായിത്തീരുന്നതല്ല.

സ്വാമി : കുഞ്ഞിരാമൻ ഇതിനെ എങ്ങനെയാണ് വ്യാഖ്യാനിക്ക ന്നത്?

ഞാൻ :'ഒരു ജാതി മനുഷ്യനു'എന്നതിന്റെ വ്യാഖ്യാനം സുഗമമായി തോന്നുന്നുണ്ട്.

മനുഷ്യാണാം മനുഷ്യത്വം

ജാതിർഗോത്ര്യം ഗവാം യഥാ' എന്ന തൃപ്പാദങ്ങൾതന്നെ അരുളിച്ചെയ്തിട്ടുള്ളതുകൊണ്ടും മനുഷ്യത്വം കൊണ്ട് മനുഷ്യരെല്ലാം ഒരു ജാതി എന്നുള്ളതിൽ ആർക്കും വിപ്ര തിപത്തി ഉണ്ടാവാൻ ന്യായമില്ലാത്തതുകൊണ്ടും അതി നെപ്പറ്റി ആക്ഷേപമൊന്നുമില്ല. "ഒരു ദൈവം മനുഷ്യനു" എന്നതിനെ ദൈവവിശ്വാസമുള്ളവർക്ക് ആക്ഷേപിക്കാൻ നിവൃത്തിയില്ല. "ഒരു മതം" എന്നതിനപ്പറ്റിയാണ് എല്ലാ വർക്കും സംശയം.

പല മതസാരവുമേകമെന്ന പാരാ-

ഉലകിലൊരാനയിലന്ധരെന്ന പോലെ

പല പല യുക്തി പറഞ്ഞു പാമരന്മാർ അലയുന്നു

എന്ന് തൃപ്പാദങ്ങൾ അരുളിച്ചെയ്തിട്ടുള്ളത് ഈ സംശയ നിവൃത്തിക്കുവേണ്ടിടത്തോളം പര്യാപ്തമാകാത്തതുകൊ ണ്ടാണ് ഒരു വ്യാഖ്യാനം ആവശ്യമായിവന്നിരിക്കുന്നത്.

സ്വാമി : 'പല മതസാരവുമേക' മെന്നതിനെപ്പറ്റി ആർക്കെങ്കിലും ആക്ഷേപമുണ്ടോ?

ഞാൻ : അതിലും ആക്ഷേപമുണ്ടെന്നു വാദിക്കാവുന്നതാണ്. ആസ്തികമതത്തിന്റെയും നാസ്തികമതത്തിന്റെയും സാര മൊന്നല്ലല്ലോ.

സ്വാമി : മതമെന്ന വാക്കിന്റെ നാനാർത്ഥമാണ് ഈ ഭ്രമ ത്തെയുണ്ടാക്കുന്നത്. നാസ്തികവാദം ചില വ്യക്തികൾ

പുറപ്പെടുവിച്ചിട്ടുള്ള 'അഭിപ്രായങ്ങൾ' മാത്രമാണ്. അത് ഒരിക്കലും ഒരു ജനസമുദായത്തിന്റെ മതമായിരുന്നിട്ടില്ല.

ഞാൻ : ബുദ്ധമതത്തെയും ചിലർ നാസ്തികമതമെന്നു പറയുന്നുണ്ട്.

സ്വാമി : അതു ശരിയാണോ? നിങ്ങളൊക്കെ ബുദ്ധമതപക്ഷക്കാരല്ലേ?

ഞാൻ : ഈശ്വരവിശ്വാസം എന്നാൽ ആരെക്കുറിച്ച് അല്ലെങ്കിൽ എന്തിനെക്കുറിച്ചുള്ള വിശ്വാസമെന്ന് തങ്ങളുടെ വിശ്വാസത്തെക്കുറിച്ചു തന്നെ സൂക്ഷ്മബോധമില്ലാത്തവരുടെ ആക്ഷേപമാണ്. ഇതെന്നാണ് ഞാൻ അറിഞ്ഞിടത്തോളം ബുദ്ധമതത്തെക്കുറിച്ച് എനിക്കുള്ള വിശ്വാസം.

സ്വാമി : ബുദ്ധമതം നാസ്തികമതമായിരിക്കാൻ ഇടയില്ല. ശുദ്ധ നാസ്തികമതത്തിൽ ഇത്ര വലിയ ഒരു ജനസമുദായത്തിന് ഇത്ര ദീർഘകാലം വിശ്വാസം നില്നില്ക്കുക എന്നുള്ളത് സംഭാവ്യമല്ല. കുഞ്ഞുരാമൻ നാസ്തികനോ ആസ്തികനോ എന്ന് ഇപ്പോഴുള്ള വിശ്വാസത്തെ അപഗ്രഥനം ചെയ്തു തീർച്ചപ്പെടുത്തിയിട്ടുണ്ടോ?

ഞാൻ : ഉണ്ട്. എന്റെ ദൃഢമായ വിശ്വാസം ഇതേവരെ ഞാൻ ആസ്തികനെന്നാണ്.

സ്വാമി : നാസ്തികവാദം ചെയ്തു വരുന്നു എന്നു കേട്ടിട്ടുണ്ട്.

ഞാൻ : എന്നെക്കുറിച്ച് അങ്ങനെ കേട്ടതു അത്ഭുതമല്ല. നാസ്തികന്മാരെ ഖണ്ഡിക്കാൻ ശ്രമിച്ചിട്ടുള്ള ആസ്തികരോടും, ആസ്തികരെ ഖണ്ഡിക്കാൻ ശ്രമിച്ചിട്ടുള്ള നാസ്തികരോടും ഞാൻ വാദിച്ചിട്ടുണ്ട്.

സ്വാമി : വാദത്തിനു വേണ്ടി വാദിക്കരുത്, സംശയനിവൃത്തിക്കും തത്ത്വ പ്രകാശനത്തിനും വേണ്ടി വാദിക്കാം. ആസ്തികമത ങ്ങൾക്കു ബാഹ്യരൂപത്തിലല്ലാതെ ആഭ്യന്തരരൂപത്തിൽ വ്യത്യാസമുണ്ടോ?

ഞാൻ : ചില സംഗതികൾ ആലോചിച്ചാൽ ആഭ്യന്തരരൂപത്തി ലും വ്യത്യാസമുണ്ടെന്നു പറയേണ്ടിയിരിക്കുന്നു.

സ്വാമി : എന്താണ വ്യത്യാസം?

ഞാൻ : ഈ പ്രപഞ്ചം ഒരു സ്രഷ്ടാവു സൃഷ്ടിച്ചതാണെന്നും, അതല്ല ബ്രഹ്മത്തിൽ നിന്നും പരിണാമവാദികൾ പറയുമ്പോലെ ആകാശം, വായു, അഗ്നി, ഇത്യാദി പഞ്ചഭൂതങ്ങൾ ഉണ്ടായി

അവയുടെ അന്യോന്യാശ്രയത്താലും സംശ്രയഭാവത്താലും കാലാന്തരത്തിൽ ഉണ്ടായിവന്നതാണെന്നം. അതുപോ ലെതന്നെ ആത്മാവ് ശൂന്യത്തിൽ നിന്നും സ്രഷ്ടാവ് സൃഷ്ടിച്ചതാണെന്നും, അതല്ല, ബ്രഹ്മത്തിന്റെ തന്നെ അംശം അഥവാ ബ്രഹ്മം തന്നെ യാണെന്നും. പുനർജ്ജന്മം ഉണ്ടെന്നും ഇല്ലെന്നും. കർമ്മവിശ്വാസം ശരിയാണെന്നും അല്ലെന്നും. മതങ്ങൾ ആഭ്യന്തരതത്ത്വങ്ങളിൽത്തന്നെ ഭിന്നങ്ങളായികാണപ്പെടുന്നുണ്ട്.

സ്വാമി : തത്ത്വങ്ങളിൽ ഭിന്നതയുണ്ടെങ്കിലും ഈ ഭിന്നമതങ്ങളുടെ ഉദ്ദേശ്യങ്ങളിൽ ഭിന്നതയുണ്ടോ?

ഞാൻ : അതിലും ഭിന്നതയുണ്ടെന്ന പറയാം. ചിലതു സ്വർഗപ്രാ പ്തിമാത്രം ആദർശമായും മറ്റു ചിലതു സ്വർഗത്തേക്കാൾ ഉപരിയായ മോക്ഷപ്രാപ്തി ആദർശമായും സ്വീകരിച്ചിരി ക്കുന്നു.

സ്വാമി : സ്വർഗാനുഭൂതിയുണ്ടായ ഒരുവന് അതിലും ഉപരിയായ ഒരു സ്ഥാനമുണ്ടെന്ന തത്ത്വാവബോധം ഉണ്ടാവില്ലേ?

ഞാൻ : ഉണ്ടാവേണ്ടതാണ്.

സ്വാമി : ഉണ്ടാവും, നിശ്ചയമായും ഉണ്ടാവും. മോക്ഷത്തെപ്പറ്റി പ്രതി പാദിക്കുന്ന മതങ്ങൾ സ്വർഗത്തെ നിഷേധിക്കുന്നില്ലല്ലോ. ഭൂലോകം, ഭുവർലോകം മുതലായി ഊർദ്ധ്വഗതിക്ക് ഏഴ ലോകങ്ങളും അനന്തരം സലോക്യ സാമീപ്യ, സാരൂപ്യ, സായൂജ്യങ്ങളുമല്ലോ മോക്ഷത്തിലേക്കുള്ള പടികളായി വച്ചിരിക്കുന്നത്? ഇതിൽ ഏതെങ്കിലും ഒരു പടിയിൽ പ്രവേശിച്ചവന് അടുത്ത പടിയിലേക്ക താത്പര്യമുണ്ടാ കാതിരിക്കുമോ?

ഞാൻ : ഈ എല്ലാ പടികളും എല്ലാ മതക്കാരും സമ്മതിക്കുന്നില്ല.

സ്വാമി : അതുകൊണ്ടെന്താണ്? ഊർദ്ധ്വഗതിയെയല്ലാതെ അധോഗതിയെ ഏതെങ്കിലും മതം ഉപദേശിക്കുന്നുണ്ടോ?

ഞാൻ : അതില്ല.

സ്വാമി : എല്ലാ മതങ്ങളുടെയും ഉദ്ദേശ്യം ഒന്നുതന്നെ. നദികൾ സമുദ്രത്തിൽച്ചേർന്നാൽപിന്നെ തിരക്കഴിയെന്നും നടുക്കടലെന്നുമുണ്ടോ? ജീവാത്മാക്കൾക്ക് ഊർദ്ധ്വമു ഖത്വം ഉണ്ടാക്കുവാനുള്ള അധികാരമേ തങ്ങൾക്കുള്ളൂ.

അതുണ്ടായിക്കഴിഞ്ഞാൽ സൂക്ഷ്മം അവർ താനേ അന്വേ
ഷിച്ച കണ്ടെത്തിക്കൊള്ളും. സൂക്ഷ്മാന്വേഷണത്തെ
സഹായിക്കുന്ന മാർഗദർശികൾ മാത്രമാണ് മതങ്ങൾ.
സൂക്ഷ്മമറിഞ്ഞവനും മതം പ്രമാണമല്ല. മതത്തിന് അവർ
പ്രമാണമാണ്. ബുദ്ധമതം പഠിച്ചാണോ ബുദ്ധൻ നിർവാ
ണമാർഗം ഉപദേശിച്ചത്? ബുദ്ധൻ നിർവാണമാർഗം
ആരാഞ്ഞറിഞ്ഞ് ആ മാർഗം ഉപദേശിച്ച അതു പിന്നീട്
ബുദ്ധമതമായി; ബുദ്ധനു ബുദ്ധമതം കൊണ്ട് പ്രയോജനമു
ണ്ടോ?

ഞാൻ   : ഇല്ല.

സ്വാമി   : ക്രിസ്തുവിനു ക്രിസ്തുമതം കൊണ്ടും പ്രയോജനമില്ല.
അതു പോലെ മറ്റ മതങ്ങളെക്കുറിച്ചും പറയാവുന്നതാണ്.
എന്നാൽ ബുദ്ധമതം കൊണ്ടു ബുദ്ധമതക്കാർക്കും ക്രി
സ്തുമതം കൊണ്ട് ക്രിസ്തുമതക്കാർക്കും പ്രയോജനമുണ്ട്.
അതുപോലെ എല്ലാ മതങ്ങളും അതാതു മതാനുയായികൾ
ക്കു പ്രയോജനമുള്ളവതന്നെ.

ഞാൻ   : ഹിന്ദുക്കൾ ഇങ്ങനെയല്ലല്ലോ പറയുന്നത്.

സ്വാമി   : അവർ പിന്നെ എങ്ങനെ പറയുന്നു?

ഞാൻ   : അവർ വേദം പ്രമാണമാക്കി പറയുന്നു. വേദം അപൗരു
ഷേയമാണ്. അതു ബ്രഹ്മമുഖത്തിൽ നിന്നു പുറപ്പെട്ടതാണ്.
അതിനാൽ വേദത്തിനുമീതേ ഒരു പ്രമാണപുരുഷൻ
ഉണ്ടാവാൻ പാടില്ല എന്നാണ് അവർ വാദിക്കുന്നത്.

സ്വാമി   : ക്രിസ്ത്യാനികൾ അവരുടെ പത്തു കല്പനയെക്കുറിച്ച് എന്തു
പറയുന്നു? അതും ദൈവത്തിൽ നിന്നു പുറപ്പെട്ടതാണെ
ന്നല്ലേ?

ഞാൻ   : അങ്ങനെ തന്നെയാണ്.

സ്വാമി   : യഹോവായ്ക്ക് എബ്രായഭാഷയും ബ്രഹ്മാവിനു പ്രാചീന
സംസ്കൃതഭാഷയുമേ നിശ്ചയമുണ്ടായിരുന്നുള്ളോ? വേദം
അപൗരുഷേയം എന്നു പറയുന്നതിനു വേദ മന്ത്രങ്ങളുടെ
എല്ലാറ്റിന്റെയും കർത്താക്കന്മാർ ആരെന്നു നമുക്കു നിശ്ച
യമില്ലെന്നേ അർത്ഥമാക്കേണ്ടു. വേദപ്രതിപാദിതങ്ങളായ
തത്ത്വങ്ങൾ അപൗരുഷങ്ങളാണ് എന്നും അർത്ഥമാക്കാം.

ഞാൻ   : വേദത്തിന്റെ പ്രാമണ്യത്തെ ബുദ്ധമുനി നിഷേധിച്ചിട്ടുണ്ട്.

മുണ്ഡകോപനിഷത്തും വേദം അപ്രധാനശാസ്ത്രമെന്നു
പറയുന്നു.

സ്വാമി : ഒന്നിനെയും ഇത്രമാത്രം ശരിയെന്ന പ്രമാണമാക്കേണ്ട.
എല്ലാറ്റിനെയും ശരി ഏതെന്നുള്ള അന്വേഷണത്തിന്
ഉപകരണമാക്കാം. അന്വേഷണബുദ്ധിയും ജ്ഞാനതൃഷ്ണ
യുമുള്ളവരെ സംബന്ധിച്ച മാത്രമേ ഈ ഉപദേശം സാധു
വാകയുള്ളൂ. സാമാന്യജനങ്ങൾക്ക് അവർ വിശ്വസിക്കുന്ന
മതത്തിന് ആധാരമായ ഗ്രന്ഥം പ്രമാണമായിതന്നെ
ഇരിക്കണം.

ഞാൻ : അങ്ങനെ പ്രമാണമാക്കുന്ന ഗ്രന്ഥങ്ങളിൽ ധർമ്മവിരുദ്ധ
മായ ഉപദേശങ്ങളുണ്ടെങ്കിൽ സാമാന്യജനങ്ങൾ അതും
വിശ്വസിക്കാൻ ഇടവരുമല്ലോ.

സ്വാമി : അങ്ങനെ വരാതിരിക്കാൻ മതഗുരുക്കന്മാർ സൂക്ഷിക്കേണ്ട
താണ്. ദയാനന്ദസരസ്വതി വേദം പ്രമാണമാക്കുന്നുണ്ടെങ്കി
ലും വേദത്തിൽ അസംബന്ധമായുള്ള ഭാഗം കൃത്രിമമെന്നു
തള്ളിക്കളയുന്നില്ലേ? അങ്ങനെയാണ് എല്ലാ മതാചാര്യ
ന്മാരും ചെയ്യേണ്ടത്.

ഞാൻ : ത്യാജ്യഗ്രാഹവിവേചനത്തോടുകൂടി എല്ലാ മതഗ്രന്ഥങ്ങളും
പഠിക്കണമെന്നാണ് തൃപ്പാദങ്ങളുടെ ഉപദേശസാരമെന്ന്
ഞാൻ മനസ്സിലാക്കട്ടെയോ? അതു ശരിയായിരിക്കുമോ?

സ്വാമി : നമ്മുടെ ഉപദേശസാരം അതുതന്നെയാണ്. ആലുവാവ
ച്ച കൂടിയ സർവമതസമ്മേളനാവസരത്തിൽ നാം അതു
പ്രസ്താവിച്ചിട്ടുണ്ടല്ലോ. രാജ്യങ്ങൾ തമ്മിലും സമുദായങ്ങൾ
തമ്മിലുമുള്ള ശണ്ഠ ഒന്നു മറ്റൊന്നിനെ തോല്പിക്കുമ്പോൾ
അവസാനിക്കും. മതങ്ങൾ തമ്മിൽ പൊരുതാൻ ഒട്ട
ങ്ങാത്തതുകൊണ്ട് ഒന്നിനു മറ്റൊന്നിനെ തോല്പിക്കാൻ
കഴികയില്ല. ഈ മതപ്പോരിന് അവസാനമുണ്ടാകണമെ
ങ്കിൽ സമബുദ്ധിയോടുകൂടി എല്ലാ മതങ്ങളും എല്ലാവരും
പഠിക്കണം. അപ്പോൾ പ്രധാനതത്ത്വങ്ങളിൽ അവയ്ക്കു
തമ്മിൽ സാരമായ വ്യത്യാസമില്ലെന്നു വെളിപ്പെടുന്ന
താണ്. അങ്ങനെ വെളിപ്പെട്ടുകിട്ടുന്ന മതമാണ് നാം
ഉപദേശിക്കുന്ന "ഏകമതം"

ഞാൻ : ഇനിയും ഒരു സംശയംകൂടിയുണ്ട്.

സ്വാമി : എന്താണ്?

ഞാൻ : മതപരിവർത്തനോത്സാഹം സമുദായത്തിൽ ഇപ്പോൾ വർദ്ധിച്ചു വരുന്നുണ്ട്. ചിലർ ബുദ്ധമതം നന്നെന്നും ചിലർ ക്രിസ്തുമതം നന്നെന്നും ചിലർ ആര്യസമാജം നന്നെന്നും- ഇങ്ങനെ ഉത്സാഹം പലവഴിക്കായിട്ടാണ് കണ്ടുവരുന്നത്. മതപരിവർത്തനം ആവശ്യമില്ലെന്നു പറയുന്നവരും ഉണ്ട്.

സ്വാമി : മതത്തിന് ആഭ്യന്തരവും ബാഹ്യവുമായ രണ്ടു വശങ്ങളു ണ്ട്. ഇവയിൽ എന്തിനാണു പരിവർത്തനം വേണമെന്നു പറയുന്നത്? ബാഹ്യമായ മാറ്റത്തിനാണുത്സാഹമെങ്കിൽ അതു മതപരിവർത്തനമല്ല. സമുദായപരിവർത്തനമാണ്. ആഭ്യന്തരമതത്തിന പരിവർത്തനം ചിന്താശീലമുള്ള ഓരോ വ്യക്തികളിലും ക്രമേണ സംഭവിച്ച് കൊണ്ടുതന്നെ ഇരിക്കുന്നു. അത് വിജ്ഞാനവർദ്ധനവോട്ടുകൂടി സ്വാഭാവി കമായി മാറുകയല്ലാതെ ആർക്കും മാറ്റുവാൻ കഴിയുന്നതല്ല. ഹിന്ദുമതം, ക്രിസ്തുമതം എന്നിങ്ങനെ പ്രത്യേക മതത്തിൽ വിശ്വാസമില്ലെന്നുവന്നാൽ അയാൾ ആ മതം മാറുക തന്നെയാണു വേണ്ടത്. വിശ്വാസമില്ലാത്ത മതത്തിൽ ഇരിക്കുന്നത് ഭീരുതയും കപടതയുമാണ്. അവൻ മതം മാറ്റുന്നത് അവനും നന്നാണ്. അവന വിശ്വാസമില്ലാതായ മതത്തിനും നന്നാണ്. ഒരു മതത്തിനും ആ മതത്തിൽ അവിശ്വാസികളുടെ സംഖ്യ വർദ്ധിക്കുന്നതു ശ്രേയസ്കരമ ല്ലല്ലോ.

ഞാൻ : ഹിന്ദുമതത്തിൽത്തന്നെ ഇരിക്കണമെന്നു പറയുന്നവർ ഇപ്പോഴത്തെ ഹിന്ദുമതം നന്നല്ലെന്നും പറയുന്നുണ്ട്.

സ്വാമി : അപ്പോൾ അവർ ഹിന്ദുക്കൾക്കു മാത്രമല്ല, ഹിന്ദുമതത്തിനും കൂടി പരിവർത്തനം വേണം എന്നു പറകയാണ്. ഹിന്ദുമതം എന്ന ഒരു മതമേ ഇല്ലല്ലോ. ഹിന്ദുസ്ഥാന നിവാസികളെ ഹിന്ദുക്കൾ എന്നു വിദേശിയർ പറഞ്ഞുവന്നു. ഹിന്ദുസ്ഥാ നനിവാസികളുടെ മതം ഹിന്ദുമതം എന്നാണെങ്കിൽ ഹിന്ദു സ്ഥാനത്തെ ഇപ്പോൾ അധിവസിക്കുന്ന ക്രിസ്ത്യാനികളുടെ യും മുഹമ്മദീയരുടെയും മതങ്ങളും ഹിന്ദുമതം തന്നെയാണ്. അങ്ങനെ ആരും പറയുന്നുമില്ല. സമ്മതിക്കുന്നുമില്ല. ഇപ്പോൾ ഹിന്ദുമതമെന്നു പറയുന്നത് ക്രിസ്തു മതം,

മുഹമ്മദുമതം മുതലായി ഹിന്ദുസ്ഥാനത്തിനു വെളിയിൽ നിന്നു വന്ന മതങ്ങൾ ഒഴിച്ച് ഹിന്ദുസ്ഥാനത്തിൽത്തന്നെ ഉത്ഭവിച്ചിട്ടുള്ള മതങ്ങൾക്കുള്ള ഒരു പൊതുപ്പേരാകുന്നു. അതുകൊണ്ടാണ് ബുദ്ധമതം, ജൈനമതം, മുതലായവയും ഹിന്ദുമതം തന്നെ എന്നു ചിലർ പറയുന്നത്. വൈദികമതം, പൗരാണികമതം, സാംഖ്യമതം, വൈശേഷികമതം, മീമാംസമതം, ദ്വൈതമതം, അദ്വൈതമതം, വിശിഷ്ട ദ്വൈതമതം, ശൈവമതം, ശാക്തേയമതം, വൈഷ്ണവമതം, എന്നിങ്ങനെ പ്രത്യക്ഷത്തിൽ വിഭിന്നങ്ങളായിരിക്കുന്ന അനേകമതങ്ങൾക്ക് എല്ലാറ്റിനും കൂടി ഹിന്ദുമതം എന്ന് ഒരു പൊതുപ്പേരു പറയുന്നതു യുക്തിഹീനമല്ലെങ്കിൽ, മനുഷ്യജാതിക്കെല്ലാറ്റിനും മോക്ഷപ്രാപ്തിക്ക് ഉപയുക്തങ്ങ ളായി ദേശകാലാവസ്ഥകൾ അനുസരിച്ച് ഓരോ ആചാ ര്യന്മാർ ഈഷദീഷൽ ഭേദങ്ങളോട്ടുകൂടി ഉപദേശിച്ചിട്ടുള്ള എല്ലാ മതങ്ങൾക്കും കൂടി ഏകമായ ലക്ഷ്യത്തോട്ടുകൂടി 'ഏകമതം' എന്നു പറയുന്നതിൽ എന്തിനാണ് യുക്തിഹീ നതയെ സംശയിക്കുന്നത്?

ഞാൻ : ഈ വിഷയത്തിൽ പ്രമാദം കൊണ്ടുള്ള വഴക്കുകൾ ഹിന്ദുക്കൾക്കുമാത്രമല്ല അഹിന്ദുക്കൾക്കും ഉണ്ട്. ക്രിസ്തുവി നുമുമ്പുള്ള മോശയുടെയും ശാലോമോന്റെയും ക്രിസ്തുവിനു പിമ്പുള്ള സെന്റ് പോളിന്റെയും ഉപദേശങ്ങളും കൂടി ക്രിസ്തുമതം എന്ന ഒരു ഒറ്റപ്പേരിനകത്ത് അടക്കുകയാണ് ക്രിസ്തുമതക്കാരും ചെയ്തിരിക്കുന്നത്.

സ്വാമി : ഏറെക്കുറെ എല്ലാ മതക്കാരും അങ്ങനെതന്നെ ചെയ്തി രിക്കുന്നു, ഒരു മതാചാര്യന്റെ പേരിൽ പല ആചാര്യ ന്മാരുടെ ഉപദേശങ്ങളടക്കി അതിനെ ഒരു മതമെന്നു പേർവിളിക്കാമെങ്കിൽ പലപല ആചാര്യന്മാരാൽ സ്ഥാ പിതങ്ങളായ എല്ലാ മതങ്ങളേയും ചേർത്ത് അതിന് ഒരു മതമെന്നോ, ഏകമതമെന്നോ മനുഷ്യമതമെന്നോ, മാന വധർമ്മമെന്നോ, എന്തുകൊണ്ട് ഒരു പൊതുപ്പേരിട്ടുകൂടാ? അങ്ങനെ ചെയ്യുന്നതു യുക്തിഭംഗവും അസംബന്ധവുമാ ണെങ്കിൽ ഈ അസംബന്ധവും യുക്തിഭംഗവും ഇപ്പോൾ പ്രചാരത്തിലിരിക്കുന്ന എല്ലാ മതങ്ങൾക്കും ഏറെക്കുറെ

സംഭവിച്ചുകഴിഞ്ഞിരിക്കുകയാണ്. ഏകത്വത്തിൽ നാനാത്വവും, നാനാത്വത്തിൽ ഏകത്വവും അവനവന്റെ മതത്തെസ്സംബന്ധിച്ച ചാതുര്യത്തോടെ പ്രസംഗിക്കുന്ന വർക്ക മനുഷ്യജാതിയുടെ മതത്തെ പൊതുവിൽ എടുത്തു അതിന്റെ ഏകത്വത്തിൽ നാനാത്വവും നാനാത്വത്തിൽ ഏകത്വവും കാണാൻ കഴിയാതെ വന്നത് ആശ്ചര്യ മായിരിക്കുന്നു. മഹാത്മജി ഇവിടെ വന്നപ്പോൾ ചെയ്ത പ്രസംഗത്തിൽ ആശ്രമമുറ്റത്തു നില്ക്കുന്ന ഒരു മാവു ചൂണ്ടി ക്കാണിച്ചു. അതിന്റെ ശാഖകളും ഇലകളും എങ്ങനെ ഒന്നിനൊന്നു ഭിന്നമായിരിക്കുന്നുവോ അതുപോലെ മനുഷ്യരിലുള്ള വ്യക്തികളും ഭിന്നമായിരിക്കും. ഈ ഭിന്നത ഉള്ള കാലത്തോളം മനുഷ്യരുടെ മതങ്ങളും ഭിന്നങ്ങളായിരിക്കാനേ നിവൃത്തിയുള്ളൂ എന്നു പറയുക യുണ്ടായി. ശരിയാണ് മഹാത്മജി പറഞ്ഞത്. എന്നാൽ നൈയാമികദൃഷ്ട്യാ അതു പരിശോധിക്കുന്നതായാൽ ഓരോ വ്യക്തിക്കും ഓരോ മതമുണ്ടെന്നു സമ്മതിക്കേണ്ടിവരും. അങ്ങനെയായാൽ ഹിന്ദുവായ രാമനും ഹിന്ദുമായ കൃഷ്ണനും ഒരു മതമല്ല വിശ്വസിക്കുന്നത്. ഇരുപതുകോടി ഹിന്ദുക്കൾ ക്ക് ഇരുപതുകോടി മതങ്ങളുണ്ടെന്നു വന്നുകൂട്ടം. വാസ്തവം അതുതന്നെയാണെങ്കിലും ചില സാമാന്യലക്ഷണങ്ങൾ ഈ ഇരുപതുകോടിയുടെയും വിശ്വാസങ്ങളിൽ ഉള്ളതുകൊ ണ്ട് അവരെ ഒരു മതക്കാർ എന്നു പറയുന്നു. അതുപോലെ എല്ലാ മതക്കാരുടെയും വിശ്വാസങ്ങളിൽ ചില സാമാ ന്യലക്ഷണങ്ങൾ ഉള്ളതുകൊണ്ട് മനുഷ്യരെല്ലാം ഒരു മതക്കാർതന്നെയാണ്. സനാതനമായ എന്തെങ്കിലും ഒരു ധർമ്മത്തെയോ സത്യത്തെയോ അടിസ്ഥാനപ്പെടുത്തിയ ല്ലാതെ യാതൊരു മതത്തിനും നിലനില്ക്കുവാൻ കഴിയുന്ന തല്ല. സാഹോദര്യത്തിന മുഹമ്മദുമതവും സ്നേഹത്തിന ക്രിസ്തുമതവും മുഖ്യത കല്പിക്കുന്നു. എന്നാൽ സാഹോദര്യം സ്നേഹത്തെയും സ്നേഹം സാഹോദര്യത്തെയും ആശ്രയി ച്ചിരിക്കുന്ന എന്നറിയാതെ, സാഹോദര്യമാണ ശ്രേഷ്ഠം; അതല്ല സ്നേഹമാണ് ശ്രേഷ്ഠം, എന്ന വിവാദം ഉണ്ടാകുന്ന എങ്കിൽ അതിനെ വ്യഥാവിവാദമെന്നല്ലാതെ പറയാൻ

തരമുണ്ടോ? സനാതനധർമ്മങ്ങൾ തുല്യപ്രധാനങ്ങളാണ്. ദേശകാലാവസ്ഥകളാൽ നേരിടുന്ന ആവശ്യങ്ങളനുസരിച്ച് അവയിൽ ഏതിനെങ്കിലും ഒന്നിനു മുഖ്യത കല്പിക്കേണ്ടത് ആവശ്യമായിവരും. ഹിംസ കലശലായിരിക്കുന്ന ദേശകാ ലങ്ങളിൽ അഹിംസാധർമ്മത്തിനു ജഗദ്ഗുരുക്കന്മാർ മറ്റു ധർമ്മത്തെക്കാൾ മുഖ്യത കല്പിക്കും. ബുദ്ധന്റെ കാലത്തു ഹിംസ കലശലായിരുന്നു. അതിനാൽ അഹിംസാധർമ്മ ത്തിനു ബുദ്ധൻ മുഖ്യത കല്പിച്ചു. നബിയുടെ കാലത്ത് അറേ ബിയായിൽ സാഹോദര്യത്തിനു മുഖ്യത കല്പിക്കേണ്ടത് ആവശ്യമായിരുന്നിരിക്കാം. അതിനാൽ അദ്ദേഹത്തിന്റെ മതത്തിൽ സാഹോദര്യത്തിനു മുഖ്യത കാണുന്നു. ഇന്ന് ഇന്ത്യയുടെ ആവശ്യം എന്താണ്? ജാതികൾ തമ്മിലും മതങ്ങൾ തമ്മിലും ഉള്ള മത്സരത്തിൽനിന്നു മോചനം സമബുദ്ധിയോട്ടും സമഭക്തിയോട്ടുംകൂടി എല്ലാ മതങ്ങളെയും എല്ലാവരും പഠിച്ചറിയുവാനും ലഭിച്ച അറിവിനെ പരസ്പരം സ്നേഹപൂർവം വിനിമയം ചെയ്യുവാനും ശ്രമിക്കട്ടെ. മത്സരം മതം നിമിത്തമല്ല മദം നിമിത്തമാണെന്ന് അപ്പോൾ മനസ്സിലാവും, മതപരിവർത്തനോത്സാഹവും അപ്പോൾ അസ്തമിക്കും.

ഞാൻ   : അങ്ങനെ ആണെങ്കിൽ തൃപ്പാദങ്ങളുടെ ശിഷ്യസംഘ ത്തിൽ ഹിന്ദുമതവിശ്വാസിക്കും, ബുദ്ധമതവിശ്വാസിക്കും, ക്രിസ്തുമതവിശ്വാസിക്കും, മുഹമ്മദുമതവിശ്വാസിക്കും പ്രവേശനം അനുവദിക്കേണ്ടതാണല്ലോ?

സ്വാമി   : നമുക്ക് അതിനു യാതൊരു വിരോധവുമില്ല,

ഞാൻ   : എനിക്കു മറ്റു മതങ്ങളെക്കാൾ ബുദ്ധമതത്തെയാണ് അധികം വിശ്വാസവും അധികം ബഹുമാനവും ഉള്ളത്.

സ്വാമി   : അതുകൊണ്ട് അന്യമതദ്വേഷമില്ലല്ലോ?

ഞാൻ   : തീരെയില്ല.

സ്വാമി   : ബുദ്ധമതഗ്രന്ഥങ്ങൾ വായിച്ചിട്ടുണ്ടോ?

ഞാൻ   : തർജ്ജമകൾ വായിച്ചിട്ടുണ്ട്.

സ്വാമി   : കാര്യം ഗ്രഹിക്കാൻ തർജ്ജിമയും മതിയാവുന്നതാണ്.

ഞാൻ   : മൂലഗ്രന്ഥങ്ങൾതന്നെ വായിച്ചു പഠിക്കണമെന്നു ഞാൻ തീർച്ചയാക്കിയിരിക്കയാണ്.

സ്വാമി   : എന്താണ് ബുദ്ധമതത്തോട് ഇത്ര പ്രതിപത്തി?

ഞാൻ   : ഈ കാലദേശാവസ്ഥയ്ക്കു ബുദ്ധമുനിയുടെ ധർമ്മോപദേ
ശങ്ങളിൽ പ്രതിപത്തി വരാതിരിക്കാൻ നിവ്വത്തിയില്ല.
ജാതിമത്സരങ്ങളില്യം അനാചാരങ്ങളില്യം നിന്നു ജനങ്ങൾ
ക്കു മോചനമുണ്ടാവാൻ മറ്റ് എല്ലാ മതങ്ങളെക്കാളും ബുദ്ധ
മതംതന്നെ നന്നെന്നാണ് എന്റെ ബലമായ വിശ്വാസം.

സ്വാമി   : നമ്മുടെ സന്ന്യാസിസംഘത്തിൽക്കൂടെ ചേരണമെന്ന
വിചാരിക്കുന്നുണ്ടോ?

ഞാൻ   : ചേരണമെന്ന താത്പര്യമുണ്ട്. ബുദ്ധമതപ്രകാരമുള്ള
സന്ന്യാസമാണെങ്കിലേ സ്വീകരിക്കാൻ കഴിയുകയുള്ളൂ.

സ്വാമി   : ബുദ്ധമതപ്രകാരമുള്ള സന്ന്യാസമായാല്യം മതിയെന്ന നാം
ആല്യവാ വച്ചു പറഞ്ഞിട്ടുണ്ടല്ലോ.

ഞാൻ   : ബുദ്ധമതഗുരുക്കന്മാർ കാസരോഗികൾക്കു സന്ന്യാസം
കൊട്ടുക്കുകയില്ല.

സ്വാമി   : വാതരോഗികൾക്കു സന്ന്യാസം കൊട്ടുക്കുമോ?

ഞാൻ   : അതറിഞ്ഞുകൂടാ.

സ്വാമി   : നേരമ്പോക്ക തോന്നുന്ന നിർബന്ധങ്ങൾ ചിലത് എല്ലാ
മതക്കാർക്കും ഉണ്ട്,

ഞാൻ   : തുക്കൈയിൽ നിന്നല്ലാതെ സന്ന്യാസം മറ്റൊരേടത്തു
നിന്നും വാങ്ങുവാൻ ഞാൻ വിചാരിച്ചിട്ടില്ല.

●

www.ingramcontent.com/pod-product-compliance
Lightning Source LLC
LaVergne TN
LVHW091718190726
843493LV00001B/361